யவனிகா ஸ்ரீராம் கவிதைகள் – 3

யவனிகா ஸ்ரீராம் கவிதைகள் – 3

தலைமறைவு காலம்
அலெக்ஸாண்டரின் காலணி

எழுத்து பிரசுரம்

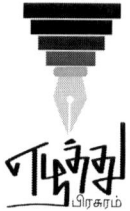

Title: Yavanika Sriram Kavithaigal - 3
Author's Name: Yavanika Sriram
Copyright © Yavanika Sriram
Published by Ezutthu Prachuram

All rights reserved. No part of this publication may be reproduced, stored in a retrieval system, or transmitted, in any form or by any means, electronic, mechanical, photocopying, recording, psychic, or otherwise, without the prior permission of the publishers.

Ezutthu Prachuram
(An imprint of Zero Degree Publishing)
No. 55(7), R Block, 6th Avenue,
Anna Nagar,
Chennai - 600 040

Website: www.zerodegreepublishing.com
E Mail id: zerodegreepublishing@gmail.com
Phone : 89250 61999

Ezutthu Prachuram First Edition: January 2022
ISBN: 978-93-91748-08-1
TITLE NO EP: 301

Rs. 200/-

Cover Design: Lark Baskaran
Layout: Vijayan, Creative Studio
Printed at: clictoprint | *Chennai-600 018.*

பிராயத்தில் என்னைக் கவிதைக்குள் ஆற்றுப்படுத்திய
தாய்மாமா
எஸ் ஆறுமுகம், எம்.எஸ்.சி., எம்.எட்., (பிசிக்ஸ்)
மேனாள் விரிவுரையாளர், காந்தி கிராமிய பல்கலைக்கழகம்
அவர்களின் அன்பிற்கு...

தலைமறைவு காலம்
2013

அவதானமற்ற இடம்

குரங்கிலிருந்து பிறந்தவர்கள்
இறந்து கொண்டிருக்கிறார்கள்
கருப்புநிற அமரர் ஊர்திகள்
கண்ணாடிச் சவப்பெட்டிகள்
மௌனமாகத் தலைகவிழ்ந்து
நல்லடக்கத்திலிருந்து வெளியேறி
காமத்துடன் திரும்பும் ஆத்மாக்கள்
இறைச்சியுடன் வெந்த உருளைக்கிழங்கை
புகிக்கின்றார்கள்
அவர்கள் மீதமுள்ள நிலங்களை
ஏறிட்டுப் பார்க்கிறார்கள்
கரும்புத்தண்டுகள்சூல்கொண்டு விட்டதா
பெண்கள் பூப்படைகின்றார்களா
சம்பவங்கள் அனைத்தும் குறிப்பெடுக்கப்படுகிறதா
நேற்றைய பகலின்
அனைத்தையும் தெரிந்து கொண்டவர்களாக
தனியாக
பிறகு யாருடனாவது
இடங்களின் மேல் அவதானமற்று
பேசத் தொடங்கிவிடுவது
ஒரு பழத்தை இரவு நேர
வயிற்றுக்குள் தள்ளுவதாய் இருக்கிறது
ஏலமிடும் சந்தைக்கருகே
பொது இடங்களில்
தழுவிக் கொள்வது
நாய்களுடன் நடை பயில்வது
பலவகையில் குறைந்து வரும்
உணவுப் பழக்கம்தான் எனினும்
புணர்ச்சியில் எப்போதும் தலைகவிழும்
குரங்குகளைத்தான் சவ அடக்கத்தில் காண முடியவில்லை

அத்வைதிகளை மன்னிப்பது

நீண்ட ஓட்டம் ஒருவரை
இதயப்பூர்வமாக நெடுங்காலத்திற்கு
தயார் செய்கிறது
பதிற்றுப்பத்து பதினெண் கீழ்கணக்கு
ஒரு பழங்குடிப் பிரதேசத்தையே
வரலாற்றுப்பூர்வமாக அறிமுகப்படுத்தும்போது
வெளியேற இயலாது இருத்தல் சார்ந்து
நாய்கள் குறைக்கும் அதிகாலை அல்லது
பறவைகள் மலர்த்தும் கருக்கலை
அம்மக்கள் செயல்களின் துவக்கமாகக் கொள்வார்கள்
இக்காலத்தில் குவளைக்கண்ணன்
குற்றம் மிகுந்த கண்களுடன்
யாரையும் செருப்பால் அடிப்பவன் போல
ஒருமுறையேனும் வெறுத்தொதுக்கப் படுபவனாகவும்
புகைப்பதைக் கைவிட முடியாமல்
தன்முனைப்புகளிலிருந்து
குறிப்பாகப் பெண்களை
வெளியேற்றியபடியே இருக்கிறான்
கன்னிமை மாறாத ஆனாலும்
இனவிருத்தியின்பாற்பட்ட
இளம்பெண்கள் தொண்ணூறு சதவிகிதம்
கண்ட வளர்ச்சியை வெண்ணையில்
விழும் கத்திபோலத் தாங்குகிறார்கள்
அதுவோ தாறுமாறாக சிலுப்புகிறது

தலைமறைவு காலம்

மக்கள் உணவின் விலைபற்றி இப்போது
அதிகம் கதைக்கிறார்கள்
குவளைக்கண்ணன் (என்ன அழகான தமிழ்ப்பெயர்)
கிழக்கையும் மேற்கையும் ஒன்றென வாதிடுகிறான்
அத்வைதிகளை மன்னிப்பதும்
பொதுவான தத்துவங்களுக்கு மனம் கொடுப்பதும்
எளிய வாழ்வில் நடந்து விடுவதுதான்
என்றவனிடம் ஒருமுறை
சுசீலாவை நகுலனிடமிருந்து
மீட்க வேண்டுமெனக் கண்ணீர் சந்தினேன்
ரொம்ப அலட்டிக்காத ராஜா
அது உன் பிரச்சனையில்லை சுசீலாவுடையது என்றான்
இப்படியான ஒரு திமிர் பிடித்தவனை
பூமியின் வட்டமான ஒரு ஓடுபாதையில்
அவனது உடற்பயிற்சிக் காலத்தில்
நாம் சந்தித்துத் தொலைக்கிறோம்.

இப்படியாக மறைந்தது

காற்றில் இருந்து காகிதங்களை
வரவழைக்கும் மேஜிக் நிபுணர்
நகரத்தின் மத்தியிலிருந்து மக்களை
அழைத்தார்
அதற்கு முன் அவர் ஒரு செய்தித்தாளை
இரு கைகளாலும் பிடித்து அதை
காற்றில் சளசளக்கச் செய்தார்
கடலின் ஓசை போலவும்
மிருகங்களின் உறுமல் போலவும்
ஒரு மதத் தலைவரின் சொற்பொழிவு போலவும்
அதிலிருந்து ஒலிகள் வந்தன
அவர் அதை ஒரு புறாவினைப் போலச் செய்து
வாயில் கோதுமைப் பயிரைக் கொடுத்துப் பறக்கவிட்டார்
ஒரு மாணவன் எழுது புத்தகங்களோடு
வீட்டிலுள்ள காகிதங்களை எல்லாம்
மறைக்க முடியுமா என்றான்
ஒரு இளம்பெண் காதல் அட்டைகள் மற்றும்
தன்னைப்பற்றி ஒரு காவியம் அடங்கிய
பழையநூலைப் பரிசளிக்கும்படி கேட்டாள்
முகம் துடைக்கும் யூடிகோலன் காகிதங்களும்
கழிவறைத் துடைப்பான்களும் பார்வையாளர்களுக்கு
இலவசமாய் கிடைத்தன
பலநூறு வருட செய்தித்தாள்களைக் கொண்டு
அவர் உருவாக்கிய அரசுக் கட்டடத்தின் மாதிரி

உழைப்பாளர்கள் சிலை மற்றும்
கண்ணாடிகளின்ல் தெரியும் பனிமலைகள் கண்டு
கூட்டம் கண்களை அகல விரித்தது
மற்றொரு செய்தித்தாளில் இருந்த
வார்த்தைகளைத் தனியாக உருவி அதை
காற்றில் ஒரு சவுக்கைப் போல் சொடுக்கியதும்
ஒவ்வொருவரு மீதும் எழுத்துக்கள் சிதறி விழுந்தன
இறுதியில் அவர்
கானகங்களை இப்படியாக மறைத்தார்
கடற்கரைகள் மற்றும் அந்திச் சூரியனையும்
மறையச் செய்தார்
மிக அதிசயமாக வீடு திரும்பிய மனிதர்கள் உடலில்
ஒட்டியிருந்த எழுத்துக்களைச் சேகரித்து
ஆளுக்கொரு சொல்கொண்டு
ஒருவரையொருவர் தேடுகிறார்கள்.

ஜென் தோட்டம்

இந்த மிதவெப்ப மண்டல மனிதன்
உலர்ந்த தேங்காய் பருப்புகளை அள்ளி
கோணியில் சேமிக்கிறான்
மட்சிய தேக்கிலைகள் கிடக்கும்
ஈரநிலத்தில் இருந்து ஈசல்கள் பறக்கின்றன
பல்லாயிரம் பெண்கள் காமமுற்ற
ஒரு இளம் கடவுளின் ஆலயத்திலிருந்து
வயல் வெளியெங்கும் மிதந்து அலைகிறது
ஒரு நசையூட்டும் பள்ளியறைப் பாடல்
கச்சைகளை அவிழ்த்து முலைகளை வருடுகின்றது
கிராம்பு மணக்கும் மலைக்காற்று
வெண்ணெய் விற்கும் ஆய்ச்சியர் வீதியில்
கன்னிப் பெண்கள் மங்கல விளக்கேற்றுகிறார்கள்
உருகும் நெய்யுடன் பிச்சி மலர்களின்
சாண நாற்றம்
அதற்கே அத்தெருவில் ஓலைக்கொட்டாய்களில்
பனங்கருப்பட்டி சுமந்து திரிந்தேன் நான்
அதோ அந்த நாடோடி ஓடக்காரன்
கழிமுகத்தின் கணவாய் வழியே
தாய் நிலம் நோக்கிச் செல்லும் கப்பல்களை
கூவி அழைக்கின்றான்.
ஓ அய்யா எங்கள் இறைச்சிப் பலாக்கள்
இலவங்கப் பட்டை சீனிக்கிழங்கு ஐயா
வாங்கிப் போங்கள் இரண்டுபொன் ஐயா

ஓஞ் சீமைத் துரைமாரே
குங்கிலியம் மணக்கும் காடுகளில் திரியும் இந்த
பைத்தியக்காரர்களையும் தயவு செய்து உங்களுடன்
ஏற்றிச் செல்லுங்களேன ஐயா
மிகுந்த ஆயாசத்துடன் ஆற்றுச் சரிவில் இருக்கும்
எனது மர வீட்டின் மூங்கில் படிகளில் மெதுவாக
ஏறிவந்த ஓடக்காரனின் அழுகிய கால் புண்ணில்
நுரைத்தக் காடியை விட்டுக் கழுவினேன்
அழுகையுடன் கூடிய புன்னகையோடு
ஆற்றுச் சீலாமீன் ஒன்றை எனக்கு அரிந்து கொடுத்தான்
அவனது மூப்பன் அடிமையாய் வந்த இளம்
யவனப் பெண்ணொருத்தியுடன் வாழ்ந்து
அவள் முதுமையில் இறந்த போது
கருமிளகை அரைத்து அவள் மேனி தடவி பதனமாய்
ஒரு உயிர்க்குரங்குடன் நல்லடக்கம் செய்தவன்
இன்னுமொரு தண்டையை வைத்து
நள்ளிரவில் பூசிக்கிறான் இவன்
பிறகு பல கதைகள் சொன்னான்
ஏலம் மணக்கும் மன்னாகுடிப் பெண்ணின் யோனியில்
மனம் கொடுத்து மலைவிட்டுச் சமவெளிக்குத்
திரும்பாமலே இறந்து போனவனையும் தொடர்ந்து
தேனும் தினையும் திராட்சையும் மலர்களும் சோளம்
ராகி, நன்னீர் ஏரிகள் அருவிக் கெண்டைகள் எருமை
சதுப்புகள்
கருத்த வெள்ளாடுகள் என அவனிடம் ஏராளமிருந்தன
கதைகள்
சுங்கானில் புகையிலை அடைத்து
அவனும் நானும் மாற்றிப் புகைத்தோம்
ஆற்றிலோர் கழுதைப்புலி மிதந்து போனது
தேங்காய்ப் பாலில் சீலா வெந்து கொண்டிருந்தது
ஞாபகம் வர எழுந்து போய்த் திரும்பும்போது
காய்ச்சிய சாராயத்தைக் கொண்டு வந்தேன்
நிலவு நாளில் விட்டுப் போன என் காதலியின் பால் வாசம்

பொங்கும் முலைகளையும் அவளின் உதடுகள்
குளிர்ந்த ஆற்றின் கூழாங்கல் சுவை கொண்டிருந்ததையும்
அதன் வழியே பசிய பாசிகள்
உடலில் பரவி காமத்தின் உள் வலிகளை
அடிவிதையில் ஏற்றி இந்திரியம் திணறும்
இன்ப வேதனையை எனக்குத் தந்தவவை
என நான் பெருமூச்செறிந்தபோது
உட்கார்ந்தபடியே ஓடக்காரன் அமைதியாய்
உறங்கிப் போயிருந்தான்
பரணில் தொங்கும் லாந்தரின்
ஒளியைக் குறைத்து வைத்தேன்.

ரிகாலோ அத் உன் அமிகோ

இத்தாலியில் எனக்கொரு நண்பன் இருந்தான்
குழந்தைகளுடன் சிறுவிலங்குகள் விளையாடும்
அழகிய க்ளே பதுமைகளை உடையாமல் விமானம் ஏற்றி
என் பிறந்த நாளுக்கு அனுப்பியிருந்தான்
அதிலிருந்து சிலுவை மரமொன்றில்
ஒரு படகு தொங்கியது
நான் ஒரு கொங்கணிப் பழம்பாடல் ஒன்றைத்
தொலைபெசியில் அவனுக்கு ஒலிக்கச் செய்தேன்
இரண்டு மீன்களும் ஒரு அப்பமும்
ஒரு குட்டிக் கோவேறு கழுதையும்
கிறிஸ்துமஸுக்குக் கடைத்ததாகச் செய்தி அனுப்பினான்
ஃபிலிக்ஸ் என்பது அவன் திருநாமம்
அவனது காதலிக்கு நன்றி என்றொரு தமிழ்ச்சொல் தெரியும்
டாவின்சி ஒரு மோசமான ஓவியனென்றும்
திருச்சபைக்காகப் பயணித்து
கிரேக்க வடிவங்களைத் திருடினான் என்றும்
பிரபு வம்சத்துப் பெண்களிடம்
அவனுக்கிருந்த கள்ளக்காதலை வைத்து
தான் ஒரு நாவல் எழுதி வருவதாகவம்
முடிந்தால் அதை தமிழில் பெயர்க்கலாம் என்றும்
எனக்கு அவள் அனுமதியளித்தாள்
நான் சிலுவையிலிருந்து படகைப் பிரிந்தேன்
அது மறுநாளே இத்தாலி வந்து சேர்ந்துவிட்டதாக
நண்பன் ஒத்துக் கொண்டான்

தெய்வங்களின் படியும் உப்புக்காற்று

இடம் மாறும் கடற்காகங்கள்
இறைச்சிக்கென இறங்கும் கரைகளில்
பெயர்ந்தலையும் தலைமுறைகளின் நிலவு
அதன் தென்னைகள்
ஒரு தெய்வத்தின் பீடம்
அதோ இந்த உலகத்தின் விளிம்பு வளைகிறது
தொடு வானத்திலிருந்து
ஓடிவரும் சிறு முயல்கள்
ஒரு பருந்து
காதலர் வழியில் பொருள்தேடிப்
பிரியும் சிறு படகு
உப்புக்காற்றே நீ படிகிறாய்
நிலமெங்கும் அதன் கட்டுமானங்களில்
பிறகொரு ஸ்தூபியில்
குழந்தைகளின் காலுறையில்
மேலும் ஒரு பழத்துண்டில்
அங்கோர் கூனன் காயத்திற்கான
கட்டுத் துணிகளை நெய்கிறான்
ஒரு மருத்துவச்சி விடுப்பிலிருந்து
அவசரமாக மருத்துவமனைக்கு விரைகிறாள்
கடற்காகங்கள் லாப்ஸ்டர்களைக் குதறித் தின்னுகின்றன
யாரின் தூக்கத்திலிருந்து விடிகிறது
இந்த அதிகாலைக் சூரியன்
மாலுமிகளிடம் கட்டணம் செலுத்தி

எந்தக் கரைகளில் இறக்கி விடப்படுகிறது
பல நூற்றாண்டுத் துயரம்
இயற்கையின் வசீகரத்தால்
துயரங்களை நெய்தல் மறைக்கிறது
ஒன்றும் நடவாதது போல
சிவந்த அந்தி நீர்வாய்க்கால் ஒன்றில் கவிகிறது
விகாரையிலிருந்து வன்மமாய் எழும்பிய
ஒரு பாய்மரத்தின் பாடல்
தன் நிலத்தின் ஒரு பழமையான மொழியை
அதன் தலைமுறைகளோடு
ஆழ்கடலில் மூழ்கடிக்கத் திணறும்போது
தேநீர்க் கட்டைகளில் புதிய தளிர்களும்
கொல்லையில் விளையும் சுரைக்காய் கொடிகளும்
சில தண்டு துளைப்பான்களும்
நமைச்சல் ஊட்டும் காஞ்சிரங்காய்களும்
பழம் விகாரையின் சுவற்றில்
மெல்லப் படர்ந்து கொண்டிருந்தன.

தொழுவங்களிலிருந்து கானகத்திற்கு

கரிசல் நிறைய மணிலா விதைகள்
நான் ஒரு பிணம் பொசுக்குபவன்
காய்ந்த சுள்ளிகளில் தீயிட்டு
அவற்றைச் சுட்டு வறுத்தேன்
உயிர்வெளுத்த கண்களுடன்
ஒருகோடி நாடோடிகள்
அதைத் தின்றுபோனார்கள்
அடிவாரம் நிறைய வெள்ளாடுகள்
நான் ஒரு விலங்குப் புணர்ச்சியாளன்
அதன் மந்தைகளைத் தூண்டிச் சினைக்கச் செய்தேன்
ஒருகோடி ஆடுகள்
தங்கள் தொழுவங்களிலிருந்து காடேகின
வீடு நிறையப் பெண்கள்
நான் ஒரு அலி
அவர்களை வீதிக்குள் அலங்கரித்தேன்
ஒருகோடி ஆண்கள் ஆண்மையிழந்து போய்
தெருக்களுக்குள் ஒளிந்து கொண்டனர்
ஒரு நகரம் முழுக்க மாளிகைகள்
நானொரு மணற்சிற்பக் கலைஞன்
அதன் அஸ்திவாரங்களில்
தகடுகளை நகர்த்தினேன்
ஒருகோடி வரைவெல்லைகள்
நிலம் தகர்ந்து போயின.

கிஸ்யும்ரா அரும்பும் பனிச்சரிவுகள்

என் பற்களுக்கிடையே
பர்கரின் சாஸ் வழிகிறது
வேண்டாம் நீ குதிரைக்கு அருகில் போகாதே
உனது தந்தையின் திராட்சைத் தோட்டத்தில்
நானொரு வேலைக்காரன்
உனது இரவு சவாரி
என் முதுகெலும்பை உடைத்துப் போட்டது
நீ அனுப்பிய பாலாடைக் கட்டியும்
பார்பேரியன் லஸ்ட் புத்தகமும்
எனக்குள் கரைந்துவிட்டன
எனினும் வருகின்ற கோடைகாலம் வரைக்கும் கூட
நீ என்னை அனுமதிக்கப் போவதில்லை
ஒழிந்து போ
என் தனிமைக்கு கால்பந்து மைதானம்
அதன் பனியீரம்
யூரோக்களை வீணடிப்பவளுக்கு
என் சிறிய பண்ணை வீடு பிடிக்காது
அங்கே நீ விட்டுச் சென்ற மலைப்பாம்பு
ஒரு சிறிய பறவையையும் விட்டு வைப்பதில்லை
நாளை எனது நண்பர்களுடன்
நிலவொளியில் உறங்கும் நாள்
நீ வரமுடியாது தவளைக் குட்டி
உனது விடுமுறை நாள்
எனது பர்ஃகரில் வழிகிறது

என் ஈரம் காயவில்லை
ரிம்பாவின் பிரசங்கம்
ஔவனின் வளையங்கள்
பைஸின் அணக்கம் கொண்ட குரல்
டாலி உன் காகத்தைத் துரத்து
அல்லது கூண்டுக்குள் வை
ஜோஸ் எனது அன்பளிப்பாகப் போய்விட்டான்
சென்ற கிஸ்யும்ரா மலரும் குளிர்பருவத்தில்
அவனது வீட்டருகே
ஜெல்லி மீன்கள் நீத்தும் குளத்தில்
எனது பூனையை வருடியும் நீவியும்
தனது இசையை ஆழ்ந்த முத்தத்தில் மீட்டினான்
எனக்கு வெட்கமேயில்லை
அவித்த முட்டைகளை நிறையத் தின்பதாக
அம்மா வைகிறாள்
எனக்கும் முட்டையிட
வேண்டும்போல் இருக்கிறது
சிரிக்காதே
இந்தக் காகங்களோடு போரடிக்கிறது
எனது குளியலின்போது
அருவி மோதும் சிலிர்ப்புடன்
ஒரு பள்ளத்தாக்கு வேண்டுகிற பாடலை
யார் கேட்கிறார்கள்
ஆயினும் ஔவனை நேசிக்கிறேன்
அவன் நிலவையும், மீன்களையும் வைத்து
அதிகக் கதைகள் சொல்கிறான்
ஆலயத்தில் அவன் செய்யும் பிரசங்கம்தான்
காய்ச்சல் நாளில் கிடைக்கும்
பென்சில் ரொட்டியைப் போல்
தொண்டையை வரற்றுகிறது
மற்றபடி பூனைகளின் மத்தியில்
அவன் ஒரு இனிமையான முட்டாள்

தலைமறைவு காலம்

நகங்களைக் கடிக்கும்
கெட்ட பெண்களின் மார்க்கச்சைகளை
தாழ்வாரத்தில் கொண்டு வந்து
போட்டு விடுவதாக கிண்ணிக் கோழிகளை
ஏசுகிறாள் அம்மம்மா
அறையில் தொங்கும் நிர்வாணங்களின்
புகைப்படத் துளைப்பு தாங்காமல் போன
ருக்கியை சமாதானப்படுத்த
இந்த ஹைய்னேக்கன் டின்கள் போதாது
எனது பகுதிநேரச் சம்பளத்தில்
இரவுகள் குறைந்து வருகின்றன
ருக்கி கின்னஸ் சாதனைக்காக
பின்புறம் பயணிப்பவன்
அவனது காலை ஒரு ஓடு பாதையில்
சென்று நீச்சல் குளத்தில் முடியும்போது
அங்கே பெர்ச் மரத்தடியில்
ஒரு பூனையைப் பிடிக்க அலையும்
யுவதியைப் பார்ப்பான்
அவள் ஒருமுறை பழங்கள்
உலர்த்தும் பரணின் மேல்
என்னை ஏற்றியிருக்கிறாள்
அந்த அதிகாலை நகரம்
பனிமூடி அறிவிக்கிறது
இந்த ரிச்சி ஒரு காலைப் புணர்ச்சிக்காரன்.

குறைந்த இருள்

இன்னும் ஆளற்ற படகுத்துறையில் அந்தி சரியவில்லை
நீர் சுழியங்கள் காற்றுடன் சதிராடுகின்றன
அடிவரை சடைத்திருக்கும் பனக்கருக்குகளின்
காய்ந்த அடிமட்டைகள் அந்நேரம்
முணுமுணுப்பதைக் கேட்கிறேன்
அவ்வளவு மிச்சமாகிவிட்ட உன்னுடன்
நேர்ந்த எனது மெல்லிய காயங்கள்
சிறுதுளி நிணத்தை வெளிப்படுத்துகிறது
இந்த மேகங்கள் விதைப்பையில் நீருடன்
ஏன் இப்படி அலைகின்றன?
சுனை மதகுகளை உடைத்து கண்கள் மூடி வாய்பிளந்து
அப்படித்தான் நாம் விளையாடினோம்
காட்டுக் கோவைகளை அதன் சிவந்த தளிர் நிறத்தை
சுவைத்துச் சுவைத்து நம் உதடுகளை ஒளிரப்பண்ணினோம்
உன் மெல்லிய பிஞ்சுக்கரங்கள்
இமையிழைகளில் மின்னலூட்டும் கருமை
இன்னும் இதட்டின் மீது அரும்பாத மென்ரோமங்கள்
நானிந்தக் கால்வாயிலிருந்து வெளியேறுகிறேன்
மணல் அடித்துப் போய்விட்ட அணை நீரில்
கெளிறு மீன்கள் இப்போது இனப்பெருக்கம் காண்பதில்லை
கோடையில் ஒரு நாணல் தண்டைப்போல
நம் உடல் கிழித்து தாபம் தீர்த்த பருவம்
மேலும் இப்போது மாமரங்களின் மீது பிணையும்
பச்சைநிறப் பாம்புகளைப் பார்க்கிறேன்

அவ்வளவு தொலைவில் மிகுந்த முதுமைக்கு
ஏன் காத்திருந்தோம்
எனக்கு நீயில்லாத தருணங்கள் வெட்கமாய் இருக்கிறது
அதிகம் விசாரிப்பவர்களை
கொஞ்சம் மிரட்சியுடன்தான் கடந்து தப்பிக்கிறேன்
ரயிலடியில் ஒரு குப்பைத் தொட்டிக்கும்
பக்கவாட்டு மரப்படிக்கும்
செல்லும் குறுகிய இடைவெளியில் அமர்ந்திருக்கிறேன்
தொலைதூரம் செல்லும் மலர்க்கூடைகள்
வாய்க்கு வாய் தைக்கப்பட்டுக காத்திருக்கின்றன
இப்போது இந்த முன்னிரவு
ஒளிரும் நகரங்களுக்கு சிறந்ததொரு
அப்பாலைத் தன்மையை வழங்குகிறது.

வாசனைத் திரவியம் தயாரிக்கும் வழிகள்

நண்பகல் பாறைசூட்டின் ஆவி
பாழுங்குளத்து பாசி
வேசியின் வெற்றிலைச்சாறு
குழந்தையின் எதுக்களித்த தாய்ப்பால்
ஒரு விறற்கடையளவு வெந்த சுண்ணாம்பு
அல்லது இரண்டு நத்தைக்கூடு
அதன் சம அளவில் கற்பூரமும்
ஒரு துண்டு பன்றிக்குடலும் சேர்ந்திடித்து
ஆவி வடிப்பு முறையில்
சுமார் பத்து துளி காய்ச்சி எடுத்தால்
ஒரு துளிக்கு நாய்கள் வரும்
இரு துளிக்கு பறவைகள் வீட்டின் மேல் அமரும்
மூன்று துளிக்கு பெண் பருவத்திற்கு முன்பு ருதுவாவாள்
நான்கு துளிக்கு பொருந்தா காமங்கண்டவன்
தற்கொலை செய்துகொள்வான்
ஐந்து துளி அசங்கினால்
அக்கம்பக்க தேசத்திலிருந்து அகதிகள் வருவார்கள்
ஆறு துளி சிந்திவிழ
பூமிக்கடியில் நீர் வற்றும்
ஏழு துளி வெளிப்பட்டால்
வாசனைக்கு பட்டணத்து வீடுகளில்
ஆள் தங்கமுடியாது
எட்டு துளியோ சுட்டுப் போட்டாலும் ஆகாது
நாட்டமைச்சன் மண்டையைப் போடுவான்

ஒன்பது துளிக்கு காற்று கிலியடைய
பெண்கள் ஆண்களைப் பிரிவார்கள்
பத்தையும் மொத்தமாகப் பயன்படுத்தினால்
ஊழி கொதித்துப் பிரளயம் வெடித்து
மூக்கு இல்லாத மனிதனும்
இறக்கை இல்லாத பறவையும்
வரப்பில்லாத நிலமும்
உழைப்பே இல்லாத உணவும்
களைப்பே இல்லாத போகமும்
விளையும்.

அசந்தர்ப்பமான காலத்தில் ஜனித்தவன்

நீள்வெளியில் கரும்பாறைக் குன்றொன்றில்
அமர்ந்திருக்கிறேன் சாரா
விசும்பின் கீழ் அதற்கு நான் ஒரு அசையும் வால்
உன் சருமத்தின் இளம் மஞ்சள் ஒளி
பிறகந்தப் பீடபூமி தன் மேய்ச்சல் இனங்களுடன்
இருளக் காத்திருக்கிறது
அவ்வளவு தனியனாய் கிழக்கின் தரிசனம் வேண்டு
இங்கு என் பயணம் நிகழவில்லை
சிறிய கட்டெறும்புகள் மலையேறித் திரிகின்றன
பால்யத்தின் கேழ்வரகின் நிறம் கொண்டிருந்த
உன் சர்ப்பஉடல் லாவும் என் கழுகின் கண்கள்
சுழல்கின்றன
அசந்தர்ப்பமான காலத்தில் ஜனித்துவிட்டவனின்
தடுமாற்றம் இத்தகைய நிராசை
மேலும் பேச்சற்றுப் போன வாழ்விடத்தில்
நதிகடந்து போய்விட்டது உன் பிரிவு
காய்ந்த பொன்மணலில் கண்ணாடிப் பிளவாய்
மெலிந்த ஓடுகிறது ஓடை நீர்
அந்தி சடசடக்கிறது
அடர்ந்த வனக் குடியிருப்பில் ஒரு அந்நியனை
அவனது வழிப்போக்கின்போது இதழ்தந்து அனுமதித்தாய்
சாரா
இந்த மழைக்காலம் முழுக்க அதுபோதும்
பதமாகத் தீயில் வெந்த சீனிக்கிழங்கும்

என் அக்குளில் கீறிய மலர்முள் காயமும்
திடீரென புல் தரவுகளில் பற்றிய நெரும்பும்
நினைவிலிருந்தாலும் எங்கோ புதர் விலங்காய்
இன்று நீ மறைந்திருக்கும் தடங்காண இயலாது
இவ்விடம் விட்டகல்றேன் சாரா
இக்குன்றின் சரிவிலோர் கொண்டிமாடு
இந்திரியம் கசிய தனியே நிற்கிறது.

பருந்துப் பார்வை

பரிதாபமான இடத்திலிருந்து ஒரு அழைப்பு வந்தது
கட்டுமானங்கள் சரிந்து விழுந்து
அநேகர் இறந்து போன மறுதினம்
ஒரு கன்றுக்குட்டி மனித முகத்தோடு பிறந்ததாக
செய்தி வந்ததற்கு மறுமாதம்
வந்த விண்கல் ஒன்று பூமியில் மோதாமல்
விலகிப்போய்விட்ட வருடம் கழிந்து
வசந்தமானது குறைந்த மழைப்பருவத்திற்கும் மேல்
மனிதர்களின் ஆடைகளை நீலப்பாசிகள் போல
பற்றிப் பூத்திருந்தது
பழைய லாகட வீடொன்று அலரி மலர்களாய்
கொழித்து இறுதியில் நந்தவனமாய் திரிந்தும்
போனதென்றார்கள்
சின்னஞ்சிறு புட்கள் மதில் தாண்டிப் பறக்கும்
வலசைக் காலத்தில் காய்ந்து போன ஆறுகளின்
கரையோரம்
தீக்கண்களுடன் பாம்புகள் அலையும் தூரத்தில்
வளர்ந்து வரும் சிற்றூரின் புங்க மரங்களடியில்
சாமியாடிகளும் பண்டாரங்களும்
பாதணிகளை வைத்துவிட்டுப் போயிருந்தார்கள்
வயற்புறத்தில் இரண்டு புகைவண்டிகள்
எதிரும் புதிருமாய் கடந்து போகும் காட்சியை
பருந்துப் பார்வையில் பார்த்திருந்த கோடைதான்
எல்லா அழைப்பையும் தனக்குள் ஏற்றுக் கொண்டது
அந்தக் கோடை போன திசையெல்லாம்
பூமியில் இறைந்து கிடந்தன அன்றலர்ந்த மலர்கள்.

ஆண் பெண் போலவே உலகம்

என்னிடம் இந்த உலகத்தின்
ரகிசயத்தைச் சொன்னது யாரோ
சிங்கம் ஒன்றின் பிடரியைத் தடவும்போதும்
சில சுண்டெலிகள் என் விரல்
முனைகளைக் கொறிக்கும்போதும்
உயிர் உணவு எனப் பரந்து கிடக்கும்
நிலத்தை விட்டு என் வீட்டின்
உறுதியான சுவர்களுக்காக வெட்கப்படுகிறேன்
ரகசியத்தை இரண்டு வகையினமாக
பிரித்து வைக்கும்படி கட்டளையிட்ட கடவுள்
மன்னிப்பிற்குரியவராக இல்லாவிட்டால்
வெடிக்கும் பொருட்களின் முன்பு
உடல் சிதறி இறந்து போகும்
குழந்தைகளின் அருகே
அவர் கையாலாகாமல் அமர்ந்திருப்பாரா
ஒரு ஆண் பெண் போலவே உலகம் அமைந்து விட்டாலும்
அதற்காக நான் ஏதும் கேட்பதாக இல்லை
இந்த இரட்டை நிலையின் பரிதாபத்தின் மேலே
எதற்கு வேண்டும் இரக்கம்
எனக்கான திட்டங்களின் முன்பு
பருவங்களை இழந்து ஏன் நிற்க வேண்டும்
ஒருவேளை பதில்களே இல்லாமல் போகும் எனில்
இந்தக் கேள்விகள்தான் எத்தனை அர்த்தமற்றவை
சிங்கத்தின் பிடரியைத் தடவுவதை விட
என் முழு உடலையும் உணவாக நினைத்துவிடும்
சுண்டெலிகளின் உலகம்தான்
எவ்வளவு குழந்தைத்தனமானது.

ஒன்றில் காகம் இன்னொன்றில் நீர்

பூமி தன்னைத்தானே ஒருமுறை சுற்றினால்
பல்லை இளித்துக்கொண்டு கடவுள்
ஏழுமுறை சுற்றுகிறார்
இத்தகைய கடவுளின் யுகங்களில் பிறந்தவர்கள்
இதயத்திற்கும் விதைப்பைக்கும் நடுவான உறுப்புகளை
நாளடைவில் இழந்து விடுகிறார்கள்
கடவுளின் வார்த்தைகளை நான்காக மடித்தால்
ஒன்றில் காகம் இன்னொன்றில் பசு
மற்றொன்றில் மீன் மிச்சத்தில் என்ன நீர்தான் இருக்கும்
யுகம் முடிவதில்லை
அதை அவரவர்க்குப் பிடித்தபடியும் மடிக்கலாம்
ஆயிரம் பிறைகண்ட மரங்கள்
வவ்வால்களைத் தலைகீழாகக் கொண்டிருக்கின்றன
மனிதர் பிறப்பதற்கும் அதிலேயே இறப்பதற்கும்
அனைத்து ஏற்பர்டுகளும் முடிந்து விட்டன
என்கிறார் சித்தாந்தி
துவக்கத்தில் ஆணுக்கும் பெண்ணுக்குமான
உரையாடலில் தவறு நிகழ்ந்து விட்து
என்கிறார் முதிர்ந்த ரணசிகிச்சை மருத்துவர்
பறந்து சுழலும் ஒரு இறகு விதை கூட
பயமின்றிப் பள்ளத்தாக்கில் பாய்கிறது
சரிதான அல்லது இரு துருவங்களுக்கிடையே
இனப்பெருக்கம் காண நிலம் காணாமல் நீந்துகின்றன
நீலச்சுறாக்கள்

தலைமறைவு காலம்

இது கொஞ்சம் பரவாயில்லை
காட்டில் சில்வண்டுகளும் கடலில் டால்பின்களும்
மலை முகடுகளில் காற்றும் ஓசையிடுவதுதான்
பூமியின் நாதம்
ஆன்மாவிற்கு பருப்பொருளைத் தின்னும்
பற்கள் உண்டென்கிறது சிலந்தி
உருவமிருக்க உள்ளடக்கம் உறிஞ்சும் நேர்த்தி
பிறகு மந்தை மந்தையாக புனிதச் சாலைகளைக் கடந்து
கருந்துளையில் போய் அழிகிறது கூட்டம்
ஆனால் எப்போதும் வாத்துக்களின் வாயிலிருந்து
மழையின் கருத்து சலிக்கப்பட்டுத்தான் விடுகிறது.

புற்களின் காலம்

எனது பற்கள் கூசுமொரு
முன்னிரவில் முதல் குவளை மதுவை
பழங்கற்கால பெண்ணொருத்திக்காகக்
கைவிடுவது வெந்த பயிர்களின் வரவிற்காகத்தான்
பழங்கள் தமது நிறங்களுடன்
வார்னிஷ் பூசியது போல் மினுங்குகின்றன
பால்மை பொங்கும்
இளம் வயிற்றுச் சருமமானது
பெண் புலிகள் மீது தொடர்ச்சியாக
காதல் கொள்ள வைக்கிறது
இருக்கின்றன நெடுநாள் மரச்சட்டங்கள்
நெடுந்தூரங்களைக் கடக்கும் பயணச்சாலைகள்
முகத்தின் வெப்பம் இந்நாட்களை
வரலாற்றுடன் மிகச்சோர்வாய் மேலும்
பணிவுடன் அனுசரித்துக் கொள்கிறது
இறந்துபோன பெதும்பை ஒருத்தியின் காமம்
வீட்டுக்கதவுகளை படாரென்று அடித்துச் சாத்துவதையும்
குரல் அதிர்ந்து முணுமுணுப்பதையும்
கால் வெருவிரலில் சுளீரென வலியெடுக்கும்போது
அருகாமமையில் பறவைகள் ஒலியிடுவதையும்
பிறகு புல்லாய் தொடங்கி தென்னையாகி நிற்கும் ஒரு
காலத்தையும் அவதானிக்கிறேன்
இந்த அகராதிகள்தான்
எப்படி அனைத்து சொல்லையும்

தலைமறைவு காலம்

சேகரித்துக் கொண்டுவிடுகின்றன தெரியவில்லை
இருக்கட்டும்
எனது மதுவுடன்
கலப்பதற்கு இரண்டு இளநீர் காய்கள்
கிடைத்தால் ஒருவேளை இன்றிரவு
என் பற்கூச்சம் தணியலாம்.

சமவெளியின் பாடல்

என்ன இசையோ தெரியவில்லை
நாகரீக காலத்திற்கு முன்பிருந்து
மூங்கில் காட்டில் ஒலித்த வண்ணம் இருக்கிறது
கொஞ்சம் பேர் நிர்வாணமாய்
அதை இசைத்தபடி கற்குன்றுகளைக்
கடந்து பொயிருந்தார்கள்
நேற்று ஒரு பெண் தன் மூட்டு எலும்புகளின்
வீரியமான நடனத்துடன் அதை மேடையில் பாடினாள்
மூதாதை ஒருவன் மண்பானைக்குள் வைத்திருந்து
அதை மக்களுக்கு அளித்ததாகக் கதை சொல்கிறார்கள்
நான் நீர்நிலைகளின் அருகே மௌனித்திருக்கும்போது
அது அலைகளில் குமிழியிட்டபடி
நெளிந்து ஓடி மறைந்தது
மற்றொரு முறை கனவில்
கரிய யானை துரத்தும்போது இல்லறத்துக்காரி
அதை மகிழ்ச்சியாகப் பாடிக் கொண்டிருந்தாள்
இப்போதைய பிள்ளைகள் அதை
இசையே இல்லை என்கிறார்கள்
பிறகு எப்படி பகல் இரவு தோன்றக் காரணம்
எப்படிப் பிறகு நாய்கள் ஓநாய்களாயின
பிறகு எப்படி எப்படி கடலருகே நகரங்கள்
கேள்விகள் சரியில்லை எனில் பின்னும் அது
ஏன் பிறப்புறுப்புகளின் தீர்மானமான அழுகையானது
என்னைத் திருடிக் கொண்டு வந்து

இந்தப் பூமியில் வீசியெறிந்த பேராசைமிக்க
அண்டரண்டப்பட்சிகள்தான் சொல்லவேண்டும்
அனைத்துச் சலுகைகளின் மீதும் உமிழ்கின்ற காலத்தில்
என் மரணக்குழி மீது
அவ்விசை கடக்குமெனில் அழுகிய முஷ்டியை உயர்த்தி
அதைப் பிடிப்பேன் அச்சமயம்
ஆலிவ் இலை கவ்விய புறா ஒன்று ஆவேசமாக
என் கரத்தினை மாமிசத்திற்கென கீறித் தாக்குமெனில்
விரையும் மேகங்களின் கீழ்
முழுச்சமவெளியும் அவ்விசையைப் பாடிக்கொண்டிருக்கும்.

போட்டி நிறைந்த யுகம்

நான் வியர் ஸ்டிக்குகளில்
எலும்பில்லாத கோழித்துண்டுகளை
வதக்கும் இல்லத்தரசிக்கு
கோரைப்பற்கள் மறைந்து
சீரான வரிசையில் சிவந்த ஈறுகள்
பளிச்சிடுகின்றன
அவ்வாறே மிகச் சமதளமாக
வழுக்கும் ஓடுகள் பரவியிருக்கிறது அவள் வீடு
வாசலில் மஞ்சளாய் வரவேற்கும்
தொட்டிகளில் மலர்கள் அசைகின்றன
குழந்தைகளின் வண்ணமயமான
சிறிய உள்ளாடைகளை கிளிப்புகள் பொருத்தி
உலர்த்துகிறாள்
அந்நேரத்தில் அவளது இளம் மார்பகங்கள்
ஒன்றுடன் ஒன்று அழுந்தி மோதிக் கொள்கின்றன
வெளியில் இருந்து அவளே
வேறொருத்தி போல அதை உற்றுப்பார்த்து
கைகளால் இருபுறம் நிமிர்த்தி விலக்கி வைக்கிறாள்
மிக அடக்கமான ஒரு பெண்ணின் செய்கை இது
மேலும் அவள் தன் கடைவாய்ப் பற்களை
காணும் பொருட்டு
உதடுகள் கிழியும் அளவிற்கு வாயைத் திறந்து
தனது தொண்டைக்குழியையும் ஒருசேர கவனிக்கிறாள்
தன் யோனியைக் கண்ணாடி வைத்துப் பார்த்த

பிராயத்தில் இருந்து அது நைச்சியமாக
இந்நாளில் உடலுறவிற்கு அதனளவில்
பழக்கப்பட்டுவிட்டதை சோம்பலாக அபிநயிக்கிறாள்
இளம் குழந்தைகளின் பொருட்டு
அடிக்கடி திடுக்கிட்டு விழித்தெழும் அவள்
இடுப்பில் கைகளை ஊன்றியபடி
கூடைகளில் நாப்கின்கள் நிரம்பி விடுவதை சம்சயிக்கிறாள்
குழந்தைகளுக்கான உறையிலிடப்பட்ட
தின்பண்டங்களை மேசைகளில் அடுக்கியபின்பு
உடலை இளமையாக வைத்திருக்க உதவும்
பெண்களுக்கான பளபளக்கும் பத்திரிக்கைக் குறிப்புகளை
வாசிக்கத் துவங்குகிறாள்
போட்டி நிறைந்த யுகத்தில்
எப்போதும் கிரியேட்டிவாக
யோசிப்பதை ஆமோதிக்கும்
ஒரு நீளமான கட்டுரையைப் படிக்கத் துவங்கும்போது
சீரற்ற மெல்லிய குறட்டையுடன்
அவளது உடல் விறைப்பு குறைந்து ஆடைக்குள் நுழையும்
வாசல் காற்றுடன்
உறக்கத்தில் துவண்டு அயர்ந்துவிடுகிறது.

ஒரு நூற்றாண்டை வேறு நாணயத்திற்கு மாற்றித்தருவது

முன்பே பயணித்திருப்பது போன்ற இடங்களை
பொருட்படுத்த வேண்டியதில்லை
மழைக்காலத்திற்காக முன்பதிவு செய்துகொள்ளும்
ஒரு விவகாரமான பயணம்
அது கடலுக்குப் புறம்பாக குடியிருப்புகளின் ஊடாக
உணவிற்கும் உடலின் திமிறலுக்குமாக
மேலும் அதற்கு வலிப்புண்டாக்குவதற்குமென நிகழ்கிறது
ஒரு பழைய புதினத்தின் கதாபாத்திரத்தை
இப்படியாக நாம் ஏற்றுக் கொள்கிறோமா
தனக்குத் தானே பேசிக்கொள்பவர்களும்
அடைப்புக்குறிக்குள் சிக்கியவர்களும்
இன்றளவில் தாறுமாறாய்ப் பயணிக்கிறார்கள்
ஒரு வில்வப்பழம் அல்லது மணிக்கட்டின் அசைவுகளில்
விதை தூவுபவர்களை முது நிலத்தில் தேடவும்
ஒரு நாணயத்திற்கான நூற்றாண்டை
வரலாற்றிலிருந்து வேறுபடுத்தவும்
பெண்களின் இன வயிறுகளாய் சிதைந்து கிடக்கும்
வனத்திரக் குடியிருப்புகளைத் தொன்மைப்படுத்தவும்
மிருகம்போல் ஊளையிட்டுச் சீறிச் செல்லும்
ரயில் நிலையத்தில் என்னுடன் முனபதிவுகளோடு
காத்திருப்போர் பட்டியல்
1. விரைவில் அழுகிவிடும் பழங்களுக்குத்
தவளைத்தோல் மாற்றித் தருபவர்
2. முதிய ஓநாய்களை காப்பகங்களுக்கு பிடித்துவரச் செய்பவர்

3. கனிமங்களின் உலக வரைபடம் என்ற நூலை ஆய்விற்கு சமர்ப்பிப்பவர்
4. நறுமணம் தரும் மசால் வணிகன்
5. இளம்பெண்களின் நிர்வாணத்திற்கான படப்பிடிப்புக் குழு மற்றும் இறக்குமதியான புரதச்சத்து மிகுந்த பீன்ஸ் மூடைகளுடன் சில வீட்டு உடற்பயிற்சி சாதனங்கள்

எனது பெயர் ஏன் சொல்லப்பட வேண்டும்

குறிப்பான ஒன்றைப் பற்றி
பேசவேண்டும்
மழை கண்டவுடன்
தாவரங்கள் துளிர்த்து விடுகின்றன
பரிணாமத்தைக் குறைசொல்லவில்லை
வானத்திலிருந்து வருதலால்
மட்டுமன்றி
ஒரு திடப்பொருளின் மீது
நிற்பதால்
தரை என்பது கற்பிதம்தான்
வேர்களும் நம்பி செயல்படுவதால்
உண்ணிகள் விலங்கின்
உடலைப் பற்றுவதால்
கோழி முட்டைகள்
அந்தரத்தில் பறக்காது இருப்பதால்
சூரியன் கண்டு நாய்களும் குலைப்பதால்
வழங்குதலால் வானத்தின் பெயர்
சொல்லப்பட வேண்டுமா
பிறகு ஒருவர் ஏன் வெட்கப்படவேண்டும்
பரிமாணத்தைப் பற்றிச் சொல்லவில்லை
பார்வையில் கோணம் இருப்பதால்
அறிவும் அதை நம்பி செயல்படுவதால்
யாவற்றையும் முறையாகப்
பாதுகாப்பதால் மனிதம்

தலைமறைவு காலம்

என்பதும் கற்பிதம்தான்
மட்டுமன்றி
திடப்பொருள் தரையில்
நீர்மங்கள் கூடிய உயிர்களுக்கருகில்
குறிப்பான ஒன்றைப் பற்றி
குணாதிசியப்படுத்துவது எது
வெட்கமற்று ஏன் அது
அப்படி நடந்துகொள்கிறது.

பிறப்பறியாக் குழந்தைகள்

இரவின் அனுமதி அட்டையோடு திரியும்
நகர வேட்டைக்காரர்களை
பிரசன்னமாக்குகிறது சோடியம் வேஃபர்
உணவுப் பண்டங்களை நோக்கி
உதடு குவித்து விரையும் காதற்பாடல்கள்
முட்டுச்சந்தில் மறந்து போனவனாய் நிற்கும்
எரிச்சலூட்டும் இந்தக் கிழவன்
மின்சாதனங்கள் நிறைந்து வழியும்
நடைபாடைகளில் எவ்வளவு மனிதர்கள்
மணிக்கொருமுறை மேற்கு கிழக்காகவும்
வடக்குத் தெற்காகவும் நகரத்தை
திருப்பி அமைப்பது யார்
இடித்துக் கொள்கின்றன வாகனங்கள்
அவைகள் இறப்பறியாக் குழந்தைகளை
இம்மையின் பண்டகசாலைகளில் சேர்க்கின்றன
தமக்கிடையே உரையாடிப்போகும்
கலவையான மொழிகள்
அவை மேலும் பேசிச் செல்கின்றன
தங்கள் நாட்களின் அழகிய துயரங்கள் பற்றி
ஆடைகளை கட்டிடங்களை
சாக்கடையில் திரியும் எரிகளை
காலணிகளை வறியவர்களை
நகரத்தின்மீது குறிக்கோளற்று வரையும் ஓவியனை
நடன விடுதியில் சந்திப்பது சங்கடமானது

அந்த முட்டாள்
மது மேஜையில் கையை விரித்தபடி
பீர் போத்தலால் விரல் முனைகளைத்
தட்டி நசுக்கி
வாயில் சுவைத்து அவற்றை
பல்வேறு தூரிகை வடிவில்
சீராக்கிக் கொண்டிருக்கிறான்

முண்டுத்தவளையின் காமம்

வசந்தம் வருவதற்குள் என் நடனத்தை
தயார் செய்ய வேண்டும்
இசைக்குறிப்புகள் எடுத்தாகிவிட்டது
அது தூங்காமாடத்துப் பெண்ணொருத்தி
மழைமேகத்தில் தூது விட்டது
கம்பிகளை மீட்டி ஒருவன்
காட்டாற்றில் வெள்ளம் பெருகிவர
கைநோக இசைத்தது
தெப்பம் ஓட்டுபவர்களும்
தெம்மாங்குடன் நீர் இறைப்பவர்களும்
சும்மாடு சுழற்றி நிரப்பிய பண்
அதில் ஓடைகளின் ஒலியும் உண்டு
ஒரு முண்டுத் தவளையின் காமமும் உண்டு
பலவேலி நிலம் விதைப்பவர்கள் பாரமேற்றும் தொழிலாளிகள்
சாரமேற்றிப் பாடும் சங்கதிகளும் உண்டு
அதை வயற்கரைச் சகதிகளில் எடுத்தேன்
வானம் கருமை சூழ
ஆடும் மயில்களுன் அடவுகளையும் இணைத்தேன்
காடும் மலையும் ஆற்றின் பேச்சும்
வீடுவிட்டு ஏகியோரின் எதிர்ப்புலம்பலும்
தேனிரும்பை ஆயுதமாக்கும்
தீச்சிதறல்களும் கொண்டு வடிவமது
அது சமவெளிகளின் முணுமுணுப்பு
வளையெலிகளின் குதூகலம்
ஆலயங்களுக்கும் சமாதிகளுக்கும் கற்கள் சுமக்க
சவுக்கடி பட்டவர்களுக்கும்
பலகாணி கரும்புப்பயிர் செய்ய
பரதேசத்தில் புலம் பெயர்ந்து பலியானவர்களுக்கும்
தனது நிலத்தின் ஓர் அறுவடைக்காலத்தில்

பசித்திருந்த ஒருவனால்
பலமுறை செப்பனிடப்பட்ட இசையது
அதை புகையிலையில் சுருட்டி வைப்பேன்
இறந்த தோல் காலணிகளுக்கும் அதைப் பயிற்றுவிப்பேன்
அங்காடிகளில் அதன் நடனம்
பகட்டுக் கண்ணாடிகளை உடைக்கும்
உயிர்களற்று குருட்டு எந்திரங்கள் இயங்கும்
தொழிலகங்களின் கூரைவழியே அதை வீசுவேன்
ஓர் அரசாதிபதி அன்பான தேசமக்களே
எனத் தொடங்கும் கூட்டங்களுக்குள்
அதை ஊடுருவச் செய்வேன்
வேலையற்று நகரச் சாலைகளில்
அவமானத்துடன் அமர்ந்திருப்பவன்
எழுந்து பாடும்வசைய்யும் காதலர்களின் இறைச்சிக்கான
ஆவேசமும் அதில் எதிரொலிக்கும்
பாதை இழந்து கோக்கோ தோட்டங்களில்
இறங்கும் யானைக்கூட்டங்களும்
பட்டாணிச்செடிகளும் பனியாறுகளும்
அந்த நடனத்தை ஏற்கெனவே ஆடிக்கொண்டிருப்பதை
நீங்கள் பார்த்ததுண்டா.

உலகத்திற்காக எடிசனின் மின்னேற்பாடு

மிஸ்டர் எடிசன் கவலைப்படாதீர்கள்
மாற்று ஏற்பாடுகள் துரிதமாக நடக்கின்றன
குழந்தைகளின் பிறப்புச் சான்றிதழ்
இறந்துபடுவோர் கணக்கெடுப்பு
பெண்கள் எத்தனை ஆண்கள் எவ்வளவு
புலிகள் யானைகள் காண்டாமிருக எண்ணிக்கை
விவசாய நிலங்கள்
வருடாந்திர தானிய உற்பத்தி
தற்கொலை மற்றும் குற்றங்களின் புள்ளிவிபரம்
ஆசிரியர்கள் மருத்துவர்கள் நவீன சிகிச்சைகள்
அணுக்கசிவில் உயிரிழப்போர்
இயற்கைப் பேரிடர்கள் குண்டு வெடிப்புகள்
பொதுத் தேர்தலில் புதிய வாக்காளர் விபரம்
மழை அளவு நீராதாரங்கள் இணைப்பு
அந்நியக்கடன் அல்லது மூலதனம் மற்றும்
தொழில் வளர்ச்சி கூலிப்படை
நலிவுற்ற மாநிலங்கள் மதக்கலவரங்கள்
சுற்றுச்சாலைப் போக்குவரத்து வாகனங்கள் சதவீதம்
கனிம ஏற்றுமதி சுற்றுலாத்துறை
பாலங்கள் இராணுவத் தளவாடங்கள்
குளிர்காலக் கூட்டத்தொடர்
வீடுகள் உள்ளிட்ட விபசாரத்துடன் கூடிய கேளிக்கை மையங்கள்
தண்ணீர் மற்றும் குளிர்பான விற்பனை
கடல்மட்டத்திற்கு மேலேயும்
பூமியைச் சுற்றும் பாதையிலும்
செயற்கைக் கோள் அலைவரிசைகள்
புதிய அடுக்குமாடித் தொகுப்பு வீடுகள்
மையக் குளிர்சாதனங்கள் பாலியல் புணர்ச்சிக் கருவிகள்
ஆடு மாடு கோழி பழங்கள் வளர்ப்பு

ஒயின் மீன்பிடிப் படகு எரியூட்டும் மயானம்
எல்லாம் உங்கள் மின்சாரத்தின் கீழ் வந்துவிட்டன
உங்களை யாரென்றே அறியாத
நாகரீகமற்ற மனித விலங்குகள்
பசுமை மற்றும் கனிமப் பள்ளத்தாக்குகளின்
இருண்ட காடுகளில் இறங்க மறுத்து
உறங்கிக் கிடக்கின்றன
பலதும் நகரச் சந்துகளில் நடைமேடைகளில்
பேதலித்து அலைகின்றன
பிறக்கும் மனிதர், இப்படி இறப்பது சகஜம்தான்
மற்றபடி ஒரு எண்ணெய் விளக்கின்
கரிப்புகைக்காக எரிச்சலுற்று
நீங்கள் கண்டுபிடித்த விஞ்ஞானக்கதையில்
ஒரு டங்ஸ்டன் சூரியனை விட சற்றே ஒளிர்ந்ததற்காக
உலகின் மொத்தப் பனியும் ஜோராக
உருகுகிறது எடிசன்
உங்களுக்கு மிக்க நன்றி.

ஆளுயரக் காதலை முதுகில் ஏற்றியிருப்பவன்

1.
என் முதுமையின் புகை வண்டி நிலையத்தில்
எப்போதும் முனகும்
வெறுமையின் சப்தம்
காத்திருக்கிறேன் ஒரு கழுதையின் ஆயுளுக்கு
சிமிட்டிப் பலகையிலிருந்து இரப்பவன்
எழுந்து போவதற்கு
தொலைவின் கானலில்
கால்கள் நோவ நடந்து வரும் ஒரு பெண்ணின் அருகாமைக்கு
ஒரு நூலை இக்கடும் குளிரில்
வாசிப்பதை நிறுத்திவிட்டு எழுந்து போகவும் கூட
பகலின் மேகங்களை இந்த இரயில்
கொண்டு வந்து கீழ்வானத்தில்
கைவிட்டிருக்கிறது
குருடர்கள் ஒருவரையொருவர்
கை பிடித்துச் செல்கிறார்கள்
பச்சையம் பூத்துவிடும் மழைக்காலத்தில்
ஈரம் கசிந்த நிலங்கள் உலர்ந்த இலைகளை
அழுகலாக்கும் போதும் என் முதுமையின் காதல்
சதுப்பு வயல்களில் மூழ்கியிருக்கிறது
கால்நடைகளை வனங்களுக்குள்
ஓட்டிப்போகும் சிறுமிகளைப் புணர
தாகிக்கும் இம்மேய்ச்சல் நிலமோ
திகைத்தழிந்து சிதிலமாகிவிட்ட உடலோடு

ஓயாது வசவு கூறித் திரியும் ஒரு
ஈனாத பெண்ணின் பூ விழுந்த கண்களுக்குள்
மீண்டும் ருதுவாகிறது.

2
என்னவென்றறியாத இளம் கோடை
சூசகம் அறியாத தானியத் தாழிகள்
வலுத்த புஜங்களோடு கனவில்
தாயின் கிராதகச் சிரிப்பொலி
இன்னும் கூப்பிடு தூரத்தில்தான்
தடுமாறுகிறது என் முதுமையின் காதல்
அதன் வயிற்றுக்குள்தான் எத்தனை இளம்மாமிசம்
ஆறு ஒன்று உடலுக்குள் அதிரப்புகுந்து
ஓடிக்கொண்டிருக்கிறது
ஆசைகளின் நியமனங்களைக் கைவிட முடியாமல்
மேகங்களிலிருந்து சோற்றுப்பானைக்குள்
தவளைகளிலிருந்து என் எழுது மேஜைக்கு
பிறகென்ன
நானும் அவர்களோடு போயிருக்கலாம்
மலை முகடுகளைக் கடந்து
பைத்தியக்காரச் சாலைகள்
நீண்டு வளைந்து முடியும் புள்ளியில்
யாரோ இப்போது கிசுகிசுக்கிறார்கள்
என் கபடங்களைத் தடம் மிதித்து
வலுவேறி நிற்கும் அதன் பாதங்களை
ஆவலுடன் ஏறிட்டுப்பார்க்கிறது
பள்ளத்தாக்கின் பச்சையக் கண்கள்
நீளும் இலையுதிர் காலத்தைத்தான்
குற்றங்களின் இசைமையாக நேசமுடன்
குறிப்புணர்த்த முடியுமென்றாலும்
பிடரியில் முனகும் காதலை
முதுமையில் முதுகில் ஏற்றியிருக்கிறேன்
அது என் பால்யத்தின் கதை கேட்கும்போதெல்லாம்

உறங்கிவிடுகிறது
இச்சமவெளி மீது நிலைத்தும் அசையும்
யாவற்றையும் காதலாக்கிச் சொல்வதெனில்
எனது கோப்பையில்
தேநீரை இப்போது யார் நிரப்புவது.

3
பசும்புற்களிடையே கரும்பாறையோ
கலப்பினப் பசுவின் மீது ஒரு இரட்டைவால் குருவியோ
நெக்குவிட்டு மலரும்பூவின் ஆன்மீக தரிசனமோ
நீரில் உருண்டு ஒளிரும் செந்நிறக் கூழாங்கல்லோ
வயோதிகத்தின் காதலுக்கு மருந்திடுவதில்லை
உலகத்தின் மீது தட்டும் ஓசை
அதிகரிக்கும்போதெல்லாம் காதலை
நாணற்தண்டுகளுக்குள் ஒளிந்து வைக்கிறேன்
நீரற்ற மேகங்கள் அவ்வளவு
சுத்த வெண்மையாய் தூய்மையுடன் இருப்பது
எறும்புகள் சினைப்படுவதற்காகவும்
நீர்நிலைகளில் மண்சரிவு
உண்டாவதற்குமாகத்தான் இருக்கும்
மயங்கும் நிலவொளியும்
இளவேனிற் காலங்களில் உறங்கும் நத்தையும்
எந்நாளும் உதடுகளில் தேங்கி நெளியும்
பருவகால முத்தமொன்றும்
இவ்வாழ்வின் வேட்டைக்குப் போதுமானதுதான்
மேலும் பனிக்காலத்தில் புதிய காதலுடன்
முதுமையைக் கழிப்பது கழிவிரக்கமானதுதான்
அதன் தேவைகளை ஆமையோட்டின்
மீது வைத்து சுற்றுக்கு விட்டால்
பருவத்தின் உற்சாகமனைத்தும் என்மீது
குப்பைகளைக் கொட்டிவிட்டுப்போகும்
அவ்வளவு நீள்வட்டமது
இருப்பினும்

தலைமறைவு காலம்

சுமையின் வலிதாளாது
என் இதழ்கள் வறண்டு கூக்குரலிடும்போது
பிடரியிலிருந்து ஈரம் படர நகர்ந்து ஊரும்
கூதலின் மூச்சில் நான்
சேகரித்த செந்நிறக் கூழாங்கற்களின் உள்ளே
மெல்லிய ஒடை ஒன்று நனைந்து சலசலக்குமெனில்
என் முதுமையில் காதல்
பட்ட மரத்திலிருந்து
குறிபார்க்கும் ஒரு நாரையின் கண்களுக்குத் தோதாக
சதுப்பிலிருந்து
சற்றே முகம்தூக்கிப் பார்க்கவும் கூடும்.

கன்னிராசியில் சுக்கிரன் உச்சம் பெறும் இரட்டைப் பெண்கள்

பலிதமாகக் கூடிய சங்கேதங்கள்
பிராணக் காற்றில் நடனமாடிக் கொண்டிருக்கின்றன
கடல் முழுதும் உறைந்து பனிப்பாறையாகிவிட்டதாக
முதுவேனிற்காலத்தில் சுண்ணாம்பு விற்பவன்
சொல்லிப் போனான்
மழைக்காடுகளின் சதுப்புகளில்
இரட்டை இரட்டையாக பெண்கள்
பிறந்து வளர்வதாக காண்டாமிருகக் கொம்பு சேகரிப்பவன்
மலைப்பூண்டு விற்பவனின் காதுகளில் கிசுகிசுத்த செய்தி
குன்றுகளில் காரீயம் தேடுபவனின் காதுகளில் விழ
அது காகிதச் சாலையின் உலர்ந்த தாள்களில்
கடும் பாதரசமாய் ஏறியது
நத்தைகள் அதிகம் திரிந்தால்
பாஸ்பேட் இருக்குமெனச் சொன்ன கனிமவாதி
ஒரு பழங்குடிப் பெண்ணிற்கு
பெற்றுவிட்ட குழந்தைகளுக்கும் பதினான்கு
தனிமங்களுக்கும் குழந்தைகள்
இரட்டையாய்ப் பிறப்பதற்கும்
தொடர்பு இருக்கிறது என்ற கிழவனுக்கு
தொண்டைக்குழிக்குள்
ரோமம் செழித்துக் கொண்டிருந்தது
ஆண்கள் ஆண்களோடும் பெண்கள் பெண்களோடும்
வாழும் பல உலகங்கள்
இந்தப் பிரபஞ்சத்தில் இருக்கிறதென்கிறார்கள்

இதற்கிடையே விதைபெருத்த வளர்ப்புக் கிடாய்கள்
முற்றிலும் அழிந்துபோனபோது
உலகத்தின் தங்கத் தாதுக்கள் அனைத்தும்
ஒரே ஒரு தேசப்பெண்களுக்கு
மார்புக் குப்பிகள் செய்வதற்கென
வாங்கப்பட்டிருந்தது
பூண்டு வணிகனைக்கொலை செய்த சுண்ணாம்புக்காரனை
தேடியலையும் காண்டாமிருகக்காரன்
நாடுவிட்டுப் பைத்தியமாய் தெருவில் அலைகிறான்
இந்த இரட்டைப் பெண்கள் பேசுவதெல்லாம்
ரகசியமாய் இருக்க அப்போது
கர்ப்பசெல் நீக்கி பூமியின் இருப்பு
சந்திராஷ்டமத்தில் பதின்மூன்று நாழிகையாயிருந்தது.

முட்டையிடும் பெண்கள்

வீதிகளில் கவிதையின் வாலை
இழுத்துக்கொண்டு சாவகாசமாய்
வீடு திரும்புபவனை
மூங்கில் கூட்டங்கள், நீர்க்காகங்கள்
கொத்து மண்வெட்டியுடன்
மதுவிடுதியில் உரையாடியவன்
மற்றும் சில குறுக்குப்பாதைகள்
முறுவலுடன் வழியனுப்புகின்றன
காலத்தின் இடமாறுதோற்றப்பிழையில்
யார் யாரோ அவசரமாக அசந்தர்ப்பமாக
விரைகிறார்கள்
ஆயிரமாயிரம் பாண்டங்களில் உணவு வேகும்
வெப்பத் திடல்களாகி விட்டது குடியிருப்புகள்
சூளை ஓடுகளில் நீர்ப்பாசிகள் படியும்
மழைக்காலத்தில் கூழாங்கற்களையொத்த
பொடித்தவளைகள்
காட்டாற்றின் சங்கீதத்தை
கான்கிரீட் வீடுகளின் முன்பு அல்லது
துருப்பிடித்த உருக்குக் கம்பிகளின் மீதேறி
உரத்த குரலில் கூட்டாக வசைபாடுகின்றன
க்ளக் க்ளக்
என்ன முட்டாள்தனமான கூச்சல்
வாகனங்களில் நசுங்கிச் சாகவா
இங்கு கூடிவந்தீர்கள்

தலைமறைவு காலம்

ப்ரெவர் சொல்கிறார்
'எல்லா நாட்களையும் நாங்கள் அவலமாக்கி விட்டோம்
தயவு செய்து திரும்புங்கள்'
வேனில்காலம் வரும்போது எப்படி இருக்கிறது பாருங்கள்
உங்களது அருமையான இரவுக்கச்சேரி பரிதாபமாக
முடிவிற்கு வந்துவிடுகிறது மேலும் என்ன
ஒரு கவிஞனை இந்த நாசகாரச்சூழலில் உங்களுடன்
எங்கே அழைத்துப்போகமுடியும்
அந்தச் சோம்பேறியோ
குளிர்ந்த ஈதரில் பெண்கள் ஒருவேளை
முட்டையிடுவார்களா எனக் காத்திருக்கிறான்
அவன் நகத்தின் அழுக்கில் இந்த நகரம் குடியிருக்கிறது.

காயாநதி

தானியக் கூழ்களையும்
புளிப்புச்சுவை கொண்ட காரக்கறிகளையும்
சுவைத்தபடி உரையாடும் பெண்களின்
வாசற்புறங்கள் வளர்ப்புக் கோழிகளையும்
சூதகக்கோளாறுகள் மற்றும் சிறுநீரின் தூய்மைக்காக
வளர்க்கப்படும் தட்டை மொச்சைக் கொடிகளையும்
வேனிற்காலத்தில் பூக்க வைப்பது
அங்கே சிறிய மச்சுவீட்டின்
கரையான் அரித்த ஜன்னலில்
என் முகத்தைக் காணமுடியும்
தொடைகள் தெரிய ஆடைகளைத் துவைக்கும்
முதிர்பெண்களையும் அவர்களின்
தண்மையான மார்புகளையும் தாண்டி
சில சமயம் தூரத்து மலைப்பச்சைகளில்
என் கவனம் குவியும்போது
சேய்மையின் சிற்றாறு ஒன்றுக்கு
என்னை அழைக்க வரும் பால்ய நண்பன்
கொஞ்சம் சில்லறை நாணங்களையும்
இசைப்பாடல் ஒலிக்குமொரு
கையடக்கக் கருவியையும் காட்டுவான்
கடவுள் எங்களது நிலங்களை
அவ்வளவு பசுமையாகவும் புல்வெளிகளிடையே
நாட்டுக்கனிகள் விளையும் பூமியாகவும்
விட்டு வைத்திருந்த காலம்

தலைமறைவு காலம்

விட்டில்கள் ஓணான்கள் அணில்களுடன்
சின்னஞ்சிறு மலர்கள் மேலும்
பட்டாம்பூச்சிகள் உசாவும் நிலம்
ஆயினும் நாங்கள் இளம்பெண்களை
அவர்களின் சுவாசத்தை
மெலிதாகப் புன்னகைக்கும் அவர்களது
மாலை நேரங்களை தங்களது
எதிர்காலக் கணவன்களைத் தேர்ந்தெடுத்து
அத்தகைய இளைஞனைப் பற்றிய கேலிகளோடு
குறுகுறுக்கும் அந்தப் பார்வைகள்
அதற்குப் பதிலாக நாங்கள்
கிணற்றில் அதி உயரத்திலிருந்து தலைகீழாகப் பாய்ந்தோம்
எங்கள் சைக்கிள்கள் உயிருள்ள பிராணியைப்போல
சாகசங்கள் செய்தன
எனது தாய் என்னை புழக்கடையில் வைத்து
கடிந்து கொண்டாள்
நான் உள்ளாடைகள் அணிய வேண்டுமென்றும்
சகோதரிகளுடன் உறங்கக்கூடாது எனவும்
கட்டளை இட்டிருந்தாள்
அன்றைய வானம் மிக மோசமாக இருந்தது
மச்சு வீட்டின் தனிமையில் அழுது கொண்டிருந்தேன்
என் தந்தையின் வியாபாரப் பயணம்
முடியவில்லை போலும்
இம்முறை அவர் நீண்டநாள் வீடு திரும்பவில்லை
சிலநாட்களாக ஒருகரிய குயில்போன்ற பறவை
இறகுகளின் உள் மடிப்பில் செந்நிறம் கொண்டு
கைப்பிடிச் சுவற்றில் கீச்சிடுவதைக் கண்டேன்
அது கடந்துவந்த தூரத்தின் மீது ஏக்கமும்
அந்நிலங்களின் மீதான ஆர்வமும் பெருகியது
சிறிய வெந்தயவிதைகள்
முளைத்துக் கிடக்கும் உரலின் அருகே
அவர்கள் பேசிக்கொண்டிருந்தார்கள்
குழந்தைகள் பால் சுவைத்துக் கொண்டிருந்தன

சக நண்பனின் இல்லத்தில் உறங்கியபோது
அவன் முதன்முதலாக என்னை உதட்டில்
கடித்து முத்தமிட்டான்
அதில் பூண்டு வாசமிருந்தது
கல்விச்சாலையில் திரியும் கொழுத்த ஆசிரியர்களை
ஓநாயைப்போலக் குரைக்கும் பற்களைக் கொண்ட
அவர்களின் முகங்களைக் கிழித்தெறிவதைப் பற்றிய
கனவுகளில்
தேர்வு காலங்களுக்கான நடுக்கமும்
அடிக்கடி சிறுநீர்த் தொந்தரவும் இருந்தது
அப்போது நிறைய வாழைப்பழங்களைச் சாப்பிட்டேன்
வீட்டின் பணம் திருடினேன்
சகோதரர்களுடன் காயம்படும்படி சண்டையிடுவது
சகோதரிகளையும் அவர்களது தோழிகளையும்
மறைந்திருந்து கண்காணிப்பது
பலமுறை அவர்களால் காட்டிக் கொடுக்கப்பட்டேன்
மேலும் நான்
சிறுமிகளோடு விளையாடும்போது
அவர்களின் வாயில் துர்நாற்றமிருப்பதை வெறுத்தேன்
திராட்சைப் பந்தல்களின் கீழ் பறவைகளை விரட்ட
உள்ளாடை அணியாமல் ஓடித் திரியும்
பெதும்பை ஒருத்தியின் குட்டைப் பாவாடையினுள்
எனது நிகழ்காலம் அதிர்ந்து கொண்டிருந்தது
பெருமழைக் காலங்களில் எனது பள்ளி வருகைப்
பதிவேட்டில்
என்னைக் காணவில்லையென்ற புகாருடன்
கடைநிலை ஊழியர் வீடு தேடி வந்திருந்தார்
அயிரை மீன் கூடைகள் வாங்கி
என் தந்தை உணவிற்குக் காத்திருந்த நேரம்
நான் சிறிய கெண்டைகளைத் தூண்டிலிட்டுப் பிடித்தபடி
சுள்ளிகள் பொறுக்க வந்த இடைப்பெண்ணுக்கு
தப்பிச் சென்ற அவளது ஆட்டை விரட்டிப்
பிடித்துக் கொண்டிருந்தேன்

தலைமறைவு காலம்

ஆண்டிறுதித் தேர்வில் நான் மட்டும் தவறி விட்டதாக
என் தாய் கனவு கண்டிருந்தாள்
அவளுக்கு காட்டுக் குமுட்டிக் கீரைகளை
கால்சராயில் நிறைத்துக் கொண்டு வருவதும்
ஈசல்களைச் சேகரித்து பரிசளிப்பதும்
மாதவிடாய் காலங்களில் அவளது உள்ளாடைகளை
துவைத்து உலர்த்தித் தருவதும்
அவற்காக மூக்கின் மேல் எப்போதேனும் முத்தம் பெறுவதும்
எனக்குப் பிடித்தமாக இருந்தது
அக்காலங்களில் பயில்வான்கள் சிலர்
இரும்பு உருண்டைகளை உடலின் மேல் தவழவிட்டு
உருட்டிப் பணம் சேகரிப்பார்கள்
இன்னும் சிலர் நீர்வாளி அளவேயான கம்பி வளையங்களில்
குடும்பத்தோடு நுழைந்து கொண்டிருப்பார்கள்
எனது பயம் பூட்டு சாவி ரிப்பேர்காரன் மேல்தான்
அவ்வளவு சாவிகளைக் கொண்டிருக்கும் அவன்
எங்களது வீட்டையும் ஒருநாள்
திறந்து விடுவான் எனது சந்தேகித்தேன்
கொல்லையில் பல பாத்திரங்கள்
காணாமல் போய்விட்டதாக மேலும்
ஒரு பெரும் சுடுநீர் பாய்லர் திருடு போன அன்று
காவல் நிலையத்திற்கு என் தந்தை போயிருந்தார்
வீடுகளின் வாசற்புறத்தில்
பூச்செடிகளை வளர்க்கும் பெண்ணொருத்தியை
உண்மையில் நான் காதலித்திருக்க வேண்டும்
அவள் ஓயாமல் பள்ளிப் புத்தகத்தைப் படிப்பதாக
தெருவில் செல்வோரை எல்லாம்
கவனம் ஈர்த்துக் கொண்டிருந்தாள்
இப்போதும் நினைத்துப் பார்க்கிறேன்
சுயமைதுனத்திற்கென நான் அவளை
ஒருபோதும் பயன்படுத்தியதில்லை
இதற்கிடையில்
சந்தை வரிவசூலிப்புத் தகராறில் ஒருவரை

கண்டந்துண்டமாக வெட்டிக் கொலை செய்திருந்தார்கள்
பிறகும்
கல்நார் பல்பொடியும் மலம் கழிப்பதற்கான லேகியமும்
விற்பவன்
விசிறி போன்ற இரண்டு கட்டைகளால்
உள்ளங்கையில் கிடிகிடியென தாளந்தட்டி
மக்களை அழைத்துக் கொண்டிருந்தான்
எங்கள் பற்களைப் பற்றியும் ஆண்மை பற்றியும்
அவன் அதிகமாக அறிந்திருந்தான்
மேலும் சில இளம் பெண்கள் தற்கொலை செய்திருந்தார்க்ள
அவ்வுடல்களைப் பார்க்க என்னை அழைத்தபோது
மறுத்துவிட்டேன்
ஊருக்கு வெளியே சடைத்த ஆலமரங்களின் கீழ்
இளம் மாட்டுக்கன்றின் மாமிசத்தோடு
கொஞ்சம் மதுவும் குடித்து நண்பர்களோடு சீட்டாடி
பின்மாலையில் வீடு வரும் ஒருவனை
இந்த உலகம் அவ்வளவாகக் கண்டு கொள்ளவில்லை
நாங்கள் வேசிகள் பற்றியும்
கள்ளக் காதல்கள் பற்றியும்
ரகசியமாகப் பேசி எங்களித்துக் கொண்டோம்

வால்காவிலிருந்து கங்கை வரை என்ற புத்தகத்தினை
சலூன் கடையில் வைத்து
இளம் நண்பன் ஒருவன் கொடுத்துவிட்டுப் போனான்
முதன்முதலாக மீசையை முழுதாய் மழித்துக்
கொண்டிருந்தேன்
அந்த வருடம் தக்காளிகளை தெருவில்
கொட்டிப் போயிருந்தார்கள் விவசாயிகள்
வானத்தில் நிலவைச் சுற்றி
ஒரு பெரிய ஒளிவட்டம் உண்டானதைக் கண்டு
உலகம் அழியப்போவதாக சுமைதூக்கும் ஒரு முதியவர்
எச்சரித்தார்
சிலருக்கு மலேரியாக் காய்ச்சல் கண்டிருந்தது

நகரசபைப் பூங்காக்களில் அமர்ந்திருக்கும் பலருக்கு
பஞ்சாயத்து ரேடியோவில் வெள்ளச் செய்திகளையும்
அரசு ஊழியர்களுக்கான பஞ்சப் படிகளையும்
அறிவித்தார்கள்
நான் ஒரு நூலகத்தின் அடுக்குகள் வழியே
நாதென்ஸ்கா என் பெண்ணைத் தேடிக் கொண்டிருந்தேன்
டாங்கே நம்பூதிரிபாட் போன்றோர்
ரஷ்யாவைச் சேர்ந்தவர்கள் என நம்பினேன்
சீனக் களிமண் குப்பிகளில் முடீஸ் டீ எனும்
ஏலமிட்ட தேநீர் அறிமுகமாகியிருந்தது
காங்கேயம் மாடுகளைக் கட்டி
எண்ணை வித்துகளை ஆட்டும் செக்குகளும்
வீடுகட்ட சுண்ணாம்புக் காரை அரைக்கும்
வட்டப் பாத்திகளும் வழக்கொழிந்திருந்தன
சிலர் பொட்டல்களில் காய்ந்த மலவிட்டைகளைச் சேகரித்து
மூடைகளாக்கி லாரிகளில் எதற்கு எங்கே
கொண்டு போகிறார்கள்
எனத் தெரியாமலிருந்தேன்
அவர்களது பெண்கள் சவுரிமுடிகளை
   விற்கவென வீதிவழி வருவார்கள்
என் தந்தையின் ராணுவ நண்பர் ஒருவர்
அவருக்கு கொடுத்துவிட்டுப்போன
ஒரு மதுபாட்டிலை மறைத்து
நானும் சகோதரனும் குடித்தோம்
அன்று இரவு என் தாய் விறகுக் கட்டையால்
என் உடல்மீது அக்குற்றத்தை எழுதினாள்
 பிறகு அழுதாள்
பிள்ளைகள் பெரியவர்களான பிறகு
வீட்டில் வைத்த பணம் அடிக்கடி தொலைந்து போவதாக
அப்பா சப்தமிட்டுக் கொண்டிருந்த ஒரு குளிர்கால இரவில்
இன்றைய வழக்கத்திற்கான தொடக்கமாக நான் ஊரைவிட்டு
முதன்முதலாக
வெளியேறியிருந்தேன்.

அவர்கள் பொய் சொல்கிறார்கள்

உண்மையில் நாம் அனைவரும்
தற்கொலை செய்து கொள்வதுதான்
எவ்வளவு நல்லது
வரலாறு முழுக்கக் கொல்லப்பட்டவர்கள்
பட்டியலில் இடம்பெறுவது ஒருவகையில்
நமது குழந்தைகளின் எதிர்காலத்திற்கு முன்
நெற்பயிர்களின் இரக்கத்திற்கு ஏதுவாக
அல்லது நமது தேசியத்திற்கு அல்லது ஒருவேளை
நாம் நம்பும் ஒரு தேசத்திற்கு அதன் வாழ்விடத்திற்கு
விசுவாசமாய் இருப்பது அதிகமில்லை மக்களே
துர்மரணமடைவதற்குத்தான் இத்தனை பாடு
ஆக இறுதியாக மின்சாரம் வேண்டுபவர்கள்
இனிமேல் தற்கொலை செய்துகொண்டு இறந்தவர்களின்
சிதைகள் எரியும்போது உண்டாகும்
வெப்பத்தைப் பயன்படுத்திக் கொள்ளலாம்
நமது விஞ்ஞானிகளும் தேசத்தை ஆளும் அமைச்சர்களும்
மேலதிக்ப புத்திசாலிகள் தாங்கள் வாழும் இடத்தில்
பல்வேறு முகமூடிகளைப் பயன்படுத்தத் தெரிந்தவர்கள்
விஷவாயு மற்றும் வாகனங்களின் நச்சுப்புகை மற்றும்
தெருப்பிச்சைக்காரர்களின் துர்நாற்றம்
தாக்காமல் இருக்கவும் கூடவே
புற்று நோய்களால் அழுகி
அணுவால் அணுக்கள் இறந்து உடல் சிதையும்
மரணங்களின் தொற்று நோய் பரவாமல் இருக்கவும்
தங்களது மின்வேலியிட்ட தொகுப்பு வீடுகளை
தேசிய இறையாண்மை மிக்க கடவுளிடம் ஒப்படைத்துவிட்டு
தங்களது பாதுகாப்பு முகமூடிகளைப் பெற்றுக்
கொள்கிறார்கள்
மேலும் அவர்கள் பொய் சொல்கிறார்கள்

சொல்லிக் கொண்டே இருப்பார்கள்
ஆகவே நாம் தற்கொலைன செய்துகொள்வது பற்றி முதலில்
நீங்கள் கவலைப்படாதிருக்க வேண்டும்
இன்றைய காலத்தில் தற்கொலை மிகப்புரட்சிகரமானது
மக்கள் தங்களின் நாளாந்திரத் துயரங்களின் பொருட்டு
மிகமலிவாக மரணித்துப் போகவே விரும்புகிறார்கள்
கணவன் மனைவிக்கும் பிள்ளைகள் பெற்றோருக்கும்
அரசாங்கம்
மக்களுக்கும், அளிக்கும் துயரங்களின் பொருட்டே
கடவுளின் கரம்பிடித்துத் தங்களின் புனித மரணத்தை
வேண்டுகிறார்கள்
இதற்கிடையில் பெரும் தொழிற்சாலைகள் தேசத்தின்
நான்குவழிச் சாலைகளின் இருபுறமும் மேற்கு நோக்கி
என்ன வகையான உற்பத்தி என்று
அறியாமலே ரகசியமாய் கட்டப்படுவதற்கு
நீங்கள் நம்பினால் நம்புங்கள்
அனேக மனித சமாதிகள் இன்றளவில் தேவைப்படுகின்றன
ஆடுகளும் அதன் மேய்ப்பர்களும் வியக்கும்படி
ஒரு மஞ்சனத்தி மரத்தடியில் புணர்ந்து அந்தியில்
வீடுதிரும்பும் விவசாய இணைகள் அறியாவண்ணம்
தங்களின் விருந்து நாளில் வளர்ப்புக் கோழிகளின்
மாமிசத்திற்கு அவர்கள் காத்திருக்கும்போது
ஒரு குளிர்சாதனப் பெட்டி அல்லது மையமூட்டப்பட்ட
பல்நோக்கு உணவுப்பொருள் அங்காடியின் குளிர்ச்சிக்கு
சராசரியாக இன்றும் உலகில் 100க்கும் மேலான
மனிதர்கள் துல்லியமாக இறந்துவிடுகிறார்கள்
அல்லது ஒரு தொழிற்சாலை பதிநான்கு மணிநேரம் இயங்க
ஒரு கிராமமே தங்களது மரணத்தை ஒத்துக்கொள்ள
வேண்டியதிருக்கிறது
மிக உயர்ந்தவர்கள் சந்தைத் திருடர்களுடன் கைகோர்த்து
கடவுளையும்
பங்குதாரர் ஆக்கி தங்களது குடும்பத்தின்
மஞ்சள் ஒளிவீசும் புனிதப் படுக்கையறையை

வடிவமைக்கும்போது
நான் மிக ஆதூரமாக மிகுந்த வாஞ்சையுடன்
குதூகலமாக மிக விருப்பமாக தற்கொலை
செய்து கொள்வதற்கு உங்களை அழைக்கிறேன்
நான் தற்கொலைகளை ஆராதிப்போம்
ஒரு அணு உலை தனது வெப்பக்கசிவில்
தரைவெடித்துச் சிதறும்போது உடல்வெந்து நீராகி
இதயம் அணைந்து பல லட்சம் பேர்
அப்பாவியாய் சாகும் தருணத்தை
நாம் ஏன் இன்னும் எதிர்நோக்கியிருக்கிறோம்
அதைவிடுத்து மிக ஆர்வமாக நீண்ட இசையுடன்
சாவு விருப்பம் கூடிய நடனத்தை
மிச்சிமிருக்கும் உணவுகளின் விருந்தினூடே முடித்து
கூடவே கொஞ்சம் மதுவுடன் மற்றபடி
அவரவர்கள் பிடித்த பானத்தில் விஷம் கலந்து அருந்தி
மொத்தமாய் இறந்து விடுவது
கடவுளை அல்லது அவரது ஆணையின் பெயராலான
அரசாங்கத்தை
அல்லது பலநூறு அணுமின் நிலையங்களின் ஏற்பாட்டை
நாளைய வெற்றிடத்தில் அல்லது தேச மின்மயானத்தில்
ஏற்றுக் கொள்ளும் மக்களின் சகிப்புத் தன்மைக்கு
பெருமை சேர்ப்பதென மெய்யாகவே உங்களுக்குச்
சொல்கிறேன்
அதையேதான் நமது தேசத்தந்தையும் நமக்குச் சொன்னார்
ஆகவே நண்பர்களே வருமுன் காப்போம்
கடலில் மீன்கள் செத்து மிதக்கப் போவதைப்
போலல்லாமல்
தாவரங்கள் கருகிப் பறவைகள் மறைந்து விடுவதைப்
போலல்லாமல்
வணிக வளாகங்களில் குவியும் பொருட்களை
வாங்கும் மந்தைகளாய் திரிந்து விட்ட இன்றைய நமது
அவமானம் தீர்க்க
வாருங்கள் வரலாறு காணாத தற்கொலைகள் புரிவோம்
உலக வரலாற்றில் மௌனமாய் இடம்பெறுவோம்.

ஒளி எழுப்பும் தேசம்

யுகங்களுக்கிடையே ஓடும் இப்பேருந்து
பல பார்வையாளர்களைக் கொண்டது
மேடைநடனம் ஆடும் ஒரு பெண்ணும்
அவளது காதலன் அல்லது இணை ஆட்டக்காரனும்
தங்களுக்குள் ஒத்திசைத்துப் பாடிக்கொள்கிறார்கள்
அத்தேசத்தின் நீதி வாசகத்தின் கீழ்
ஓட்டுநர் ஒலி எழுப்புகிறார்
அப்போதெல்லாம் நடனக்காரியைத் தொட முயலும்
முகம் மழித்த சுருட்டை மயிர்க்காரன்
பின்னிருக்கையில் கைகளை இழுத்துக் கொள்கிறான்
சாலையின் இரு பக்கமும் சவுக்கு மரங்கள்
இரைச்சலுடன் விரைகின்றன
நகரம் நெருங்கியவுடன்
ஆசை தீர்ந்துவிட்டதா என அவள் கேட்டாள்
தங்கள் செவிகளில் இருந்து அவர்கள்
இசையொலிப் பொத்தான்களைக் கழட்டினார்கள்
ஒன்றும் நேராததாகத்தான்
இப்பயணத்தைக் குறித்துக் கொள்கிறேன்
காலமும் இடமும் கடந்து போனதாக
அச்சிறு பெண்ணிற்கு பல்வரிசை
தடுமாறி இருப்பதாக
அப்பாடகன் உறங்கிவிட்டதாக
தொடு உணர்ச்சிகள் மரத்துப்போனதாக
இத்தேசத்தில் பலமுறை
ஒலி எழுப்பப்பட்டதாக.

சிதையும் தலையோடுகள்

நீயறியாத பறவையின் வானம்
அது குறிப்பிட்டுச் செல்கிறது
தாழைமலர்களுக்கான மழையின்
வார்த்தைகளை
மேலும் அது நம் மேனியின் வாசனை தோழி
புணர்ந்தழிந்து மீளும் நிலத்தின் கசடுகள்
மக்கி உரமாகும் தாவரத் தண்டுகள் மேலும்
மண்ணின் உதடுகளையும் பற்களையும்
நான் காண்கிறோம்
அவற்றினூடாக உனது வெப்பம்
நுரைக்கும் குருதி
உலோகக் குழம்பாய் நிலத்தடியில் சென்று
தாதாய் உறைவதைக் கண்டிருக்கிறேன்
தனது ஒரு முத்தம் அதை
நீர்மமாய் என் உள்ளோடைகளில் பாய்ச்சுகிறது
உன் மார்புகளின்
வானளாவிய அலங்காரம்
என்னை இனவிருத்தியின் காலத்தில்
நடனமிடச் செய்கிறது
சிதையும் தலையோடுகளில் இருந்து உன்
இறுதி முத்தத்தை என்னில் இறக்குகிறாய்
பின்பு உன்னை முந்தையமாயரமாண்டின்
விலங்குப் பாதையில்
அதுவும் உன் கீழ்தாடைப் பல்லொன்றின்

தலைமறைவு காலம்

கூர்மையில் அடையாளம் கண்டபோது
மிகுந்த நீர்க்கடுப்பும்
மயிர்க்கூச்சமும் உண்டானது
நொறுங்கும் தனிமையின்
தசை நாண்களின் கலக்கம்
பழம் பல்லிகளின் அடிவயிறுகள்
மேலும் நம் உயிர்த் தீர்மானம் என
புணர்ச்சி கண்ட இனங்கள்
ஒருபோதும் அழிவதில்லை சரிதான தோழி.

கைகாட்டி மரங்கள்

பொறுப்பற்ற இடத்தில்தான்
உன்னோடு எனக்கு ஏதேனும் நேர்கிறது
வண்ணதாசனின் செம்பருத்தை மலர்கள் உருண்ட
அல்லது மகிழம்பூக்கள் உதிர்ந்த தடங்களை
இந்நகரங்கள் தொலைத்து
நெடுநாளாகிவிட்டது
என்காதலை ஒரு சாலை விதியைப் போல
நீ கடைபிடிக்கிறாய்
யார் பார்த்து என்ன ஆகப்போகிறது
தொலைதூரம் செல்லும் ரயில்கள்
சீற்றமுடன் உந்திக் கொண்டிருக்கின்றன
பழைய போர்ட்டர்களைக் கொண்டிருந்த
என் இளமைக்கால ரயில்நிலையம்
குடும்பத்தைத் தவறவிட்ட குட்டிநாயைப்போல
கீச்சிடும் கருவிகொண்டு
என் கவட்டைச் சோதிக்கிறது
அடுத்த ரயிலோ
இன்னொரு முத்தமோ
அபத்தமத்திற்கிடையில்
உன் கைபேசியில் புதிய காதல் ஒன்று
நுழைந்திருக்க வேண்டும்
அதோ கைகாட்டிமரங்கள் இறங்கிவிட்டன
பச்சை நிறம் ஒளிர்கிறது
இரவின் மதுவால் உண்டான உனது வாந்தியை

துடைத்த கைக்குட்டையை ஆட்டுகிறேன்
அதே நெடிய உயரம் வட்டமான முகம்
அவராகத்தான் இருக்கும்
அதே கண்ணாடி வழியே
என்னை உற்றுப் பார்த்துக் கொண்டிருக்கிறார்
எல்லாம் பொறுப்பற்ற இடத்தின்
தலைவிதி போன்றே இருக்கிறது.

வவ்வால்களின் வானம்

வயல் வெளியில் நடந்து கொண்டிருந்தேன்
தவளைகள் தேரைகளாகி நாட்டிற்குள் போய்விட்டன
என்றன புதரிலிருந்து தவிட்டுக் குருவிகள்
பனம்பழங்கள் விழுந்து கிடந்தன
மெல்ல மலையடிவாரம் சேர்ந்தேன்
ஆடுகளைத் தப்பவிடாமல் பார்த்துக்கொள்ளுமாறு
சொல்லிவிட்டு
வாலிபன் குட்டிகளுக்குத் தழை ஒடிக்க மரமேறினான்
நாட்டில் நல்லவர்கள் அயிரைக்குஞ்சுகாகி
பானைப் பொறிக்குள் எகிறி விழுந்துவிட்டார்கள்
எனச் சிரித்தான்
ஏரியின் மதகுக் கரைமீது நின்றிருந்தேன்
நீர்நாரைகள் பாம்பொன்றைக் குதறிக்கொண்டிருந்தன
அன்றைய சூரியன் நீரின் அடியாழத்தில் இறங்கி
சூடு தணிந்து உறங்குமுன்
திரும்பி நெடுஞ்சாலைக்கு வந்து நடக்கத் தொடங்கினேன்
வெட்டப்பட்டுவிட்ட பழமரங்களைத் தேடி
வவ்வால்கள் வானில் கரியமேகமாய் எழும்பின
விநாடிக்கும் குறைவான கணம்தான்
பதினொரு வாகனங்கள் ஒன்றன்பின் ஒன்றாக மோதி
தலைதிரும்பி வாய்கள் இடித்து திறந்து நிற்பதைக் கண்டேன்
ஒரு கண்ணாடியில் ரத்தம் கோடாக வழிந்து கொண்டிருந்தது
வீடு வரும்போது மாலை மணி ஏழு
தெருவாசலில் அமரும் பெண்கள் யாருமில்லை

எதிர்வீட்டு நாயொன்று இடைவிடாமல் குறைக்க
திரும்பிப் பார்த்தேன்
பசிக்கான அவமானத்துடன் கண்களைத் தாழ்த்தி
தரையை முகர்ந்தும் பிறகு பற்களைக்காட்டி உறுமி
என்னை போய்விடுமாறு எச்சரித்தபடி
சுவரோரம் ஒரு கழுதைப்புலி நின்றிருந்தது.

நடப்பாண்டு கல்வி முறைகள்

நாம் ஒரு முட்டாள் பெட்டியின் முன்
அமரும்போது
கழுதைகள் மலைப்பாதையில்
பழக்கூடைகளைச் சுமக்கின்றன
இரவின் மீது நட்சத்திரங்களும்
முன்மாலை கடல்களில் மீன்பிடி படகுகளும்
ஒரு மலைப்பாம்பு மின்வாரியக் குடியிருப்பிலுமாய்
தென்படுகின்றன

நாம் ஒரு முட்டாள் பெட்டியின் முன்
அமரும்போது
குழந்தைகள் துரிதமாய் பருவமடைந்தும்
ஆலயச் சந்நதிகளில் தங்க முலாமிட்ட
நகைகள் விற்றுத் தீர்ந்தும்
துறைமுகங்களுக்கான பாலங்கள் கட்டி முடிக்கப்பட்டும்
அடுப்பில் வைத்தவை தீய்ந்தும் போகின்றன.

நாம் ஒரு முட்டாள் பெட்டியின் முன்
அமரும்போது
நடப்பாண்டு கல்வி முறைகள்
உடலுக்குத் தேவையான மருந்துகள்
மற்றும் பருவ காலங்கள்
யாவும் மாறிவிடுகின்றன
நமது தொகுதி வேட்பாளர்

தலைமறைவு காலம்

பெயர் மறந்து விடுகிறது
உலகின் நீர்மட்டம்
ஒரு மில்லிமீட்டர் கூடித்தான் போயிருக்கும்
அறைக்குள் பயணித்து வந்த
காலணியிலிருந்தோ துர்நாற்றம் பரவுகிறது.

நாம் ஒரு முட்டாள் பெட்டியின் முன்
அமரும்போது
பழம்தானியற்களைக் கைவிட்டவர்களாய்
பூமியை ராட்சதத்தனமாய் துளைக்கும்
எந்திரங்கள் பற்றி அறியாதவர்களாய் இருக்கிறோம்
அப்போதெல்லாம் நமது வீட்டிற்கு ஒரு செவ்வகமான
கண்மட்டுமே இருக்கிறது
முற்றிலும் செயலற்றவர்களாகிக் கிடக்கும்
நம்மை
அது ஏன் அப்படி உற்றுப் பார்க்கிறது.

சூப் கிண்ணங்களில் முட்டைக் கத்தாழைகள்

குறும்புமிளிறும் அந்த இரண்டு இளம்பன்றிக் குட்டிகளையும்
ஒரு ராத்தல் மைதாமாவினை வெண்ணையுடன் கலந்து
இழைபிரியும் ரொட்டிகளாகச் சுடும் உணவகத்தில்
வேடிக்கையாகக் கவனித்தேன்
அவர்கள் தங்கியிருக்கும் மேல்தளத்தின் தாழ்வாரங்களில் தொங்கும்
சில மணிப்புறாக்கூடுகளையும் பழைய சூப் கிண்ணங்களில் வளரும்
முட்டைக் கத்தாழைகளையும் எனக்குக் காணபித்தார்கள்
அதன் மெல்லிய அரும்பு போன்ற வளையும் முட்களை
தங்களது கன்னங்களில் வைத்து வருடும்போது
துள்ளலுடன் ஒருவரையொருவர் தழுவி கடைக்கண்ணில் சிரிக்கிறார்கள்
அம்மாலையில் ஏரிக்கரையில் சைக்கிள் விடும்
அவ்விளம் பன்றிகளின் வேகம்
எதிர்படுவோர் அனைவருக்குமான முத்தங்களையும்
வரும் பருவத்திற்கான மழையையும்
தொடர்ந்து இலையுதிர் காலங்களையும்
கொண்டுவந்து விடுகிறது
பன்றிகளின் கிழங்குத் தோட்டத்தில் முயல்களும் அணில்களும்
முள்ளெலிகளும் திரிவதைப் பார்த்தேன்
நிராசையும் பொறாமையும் கொண்ட
மனிதப் பாலூட்டிகளின் சமவெளிகளைக் கடந்து

சிகரங்களில் உச்சியில்
அருகே பால் பொழியும் நிலவிருக்கும் பட்சத்தில்
தங்களின் இளம் நாவுகளில் கசக்கும் துயரங்களை
உறைந்திருக்கும் பனியில் துவட்டி இணையும்
குழந்தைமையில்
தன் இளமைக்கென நீட்சி பெறத்தான் வேண்டும்
இப்புவியெனும் நீதியின் கூட்டம்
 மற்றும் என்ன
இதோ பள்ளத்தாக்கின் மேல் நிற்கும் இந்த வழிமறந்தவன்
மொறுமொறுப்பான பிஞ்சு வெள்ளரிகளை உப்பிட்டுத்
தின்னும் வாயுடன்
ஒரே வண்ண ஆடையணிந்த இளம் வாலிபர்கள்
என்னைக் கடக்கும்போது அவர்களின் முதுகுப்புறம்
வெகுநேரம் எதை உற்றுப்பார்த்துக்கொண்டு நிற்கின்றேன்.

பிரசன்ன வசனம்

தனிமையில் நல்லவர்கள்
ஒருபோதும் ஊழியத்தில்
விசுவாசமாய் இருக்க மாட்டார்கள்
- நடுமரத்தண்டின் பாடல்

சியோனில் கடும் புழுதிக்காற்று வீச
கல்வாரி மலையின் மேல் நின்று பிரசங்கிப்பவன்
முரட்டு எருமைத் தோல் காலணிகளுடன்
அழுக்கேறறிய தலைப்பாகைத் துணிகளை
அவிழ்த்து வீசி ஆக்ரோஷத்துடன் சப்தமிடும்
தீக்கண்கள் கொண்ட மக்கள் கூட்டத்தை
எவ்விதக் கிலேசமுமின்றி நிதானமாய் அவதானிக்கிறான்
வானத்திற்கு நிலத்தை அறிமுகப்படுத்தும் தோரணையில்
தன் கைகளை ஆகாயத்தில் உயர்த்தி
அதோ உங்கள் ஆடுகள் மந்தையிலிருந்து விலகி
சூரியனுக்கு அந்தப்புறம் சரிவில் இறங்கிவிட்டன
ஒவ்வொரு பதினான்கு பேரில் ஒருவனையும்
சினைப்பட மறுத்த எழுபது பேரில் ஒரு பெண்ணையும்
என்னிடம் வரவியலாத குழந்தைகளையும்
மகிமையில் இருந்து நீக்கும் பொருட்டு
அறியாமையின் பாவத்தின் மேல் நின்று
நீங்கள் கொன்று போட்டீர்கள்
இன்னும் பலரை ஈச்சை மரங்களின் கொதிக்கும்
மணல் வெளிக்கு இறக்கும் தருவாயில்

கடத்தியும் விட்டீர்கள்
பன்றிகளின் ஈரல்களுக்குச் சண்டையிட்டு
உங்களின் கல்லடுக்கு வீடுகள் சிதைந்து போயின
உங்களை முறைப்படுத்தும் எசமானர் இன்றி
அல்லது உங்களுக்குத் தோன்றியதைச் செய்யும்படிக்கு
தேவனானவர் பிரசன்னமாகும் வசனமெதையும்
மண்ணுலகிற்கு இறக்கினாரா சொல்லுங்கள்
ஒருவரையொருவர் நேசிக்க இயலாதபடிக்கு
உங்கள் நதிகள் புறத்தே ஆகாயத்தை நோக்கி ஓடுகிறதா
இக்குன்றின் கீழான சமவெளிக்கு
ஒரு இறுதி மேய்ப்பனை உங்கள் அழிவின் பொருட்டு
இன்னுமேன் நிந்திக்கிறீர்கள்
விலங்குகளினின்றும் உங்களை நிலத்தின் சத்துள்ள
பயிர்களுக்கு சொஸ்தமாக்கினோம்
ஆலிவ் எண்ணையால் உங்கள் மேனிகளை
துலங்கச் செய்தோம்
நீங்கள் நிலைத்திருக்கும்படி
திசைகளை வரையறுத்தோம்
ஆயினும் பழமரங்களில் வவ்வால்கள் அமர்வதுபோல
நீர்த்தண்டுகளின் தட்டான்கள் துளையிட்டு
முட்டையிடுவது போல
நீங்கள் விண்ணுலகில் இருந்து உங்களுக்கான நகரத்தை
பூமியின் நடுக்கத்திற்கும் படைத்தவரின்
ஆக்கினைகளுக்கும் வரித்துக் கொண்டீர்கள்
அத்தகைய தேவனின் ராஜ்ஜியத்திலே
ரகசியமாய் வெளியேறும் வளை எலிகளின் துவாரங்களை
நான் இப்போது கணக்கிட வரவில்லை
குறுக்குமறுக்குமாய் பற்றுக் கொண்டிருக்கும்
அற்பப்புற்றகளின் வேர்களை நிலத்திலிருந்து
என்னால் கெல்லி எடுக்க முடியாது
அறியாதிருப்பவர்களே
ஆயினும் பாலைவனங்களில் சோலைகளையும்
அதிக மழைபொழியும் கானகங்களையும்

ஆசிர்வதிக்கப்பட்ட மகிமையானவரின் இரத்தத்தின்
ஊறிய மதுவகைகளையும் மேட்டு நிலங்களையும்
விசுவாசித்துப் பரிசாகப் பெற்றவர்கள்
தேவனின் கல்லறையை ஜீவிதமாகக் காண்கிறார்கள்
ஆகவே நீங்கள் சமாதானமாய் இருக்கும்படி
உங்கள் தந்தையின் மடியிலும் தாயின் இருதயத்திலும்
சுகித்திருக்கும்படி அப்படியான தேவனை
இப்பூமியில் இறக்க எத்தனிக்கும்போது
சதுக்கத்தில் வந்து ஏன் இத்தனை ஆவேசமாய்
கூக்குரலிடுகிறீர்கள்
அல்லேலூயா
பிரசங்கி தேவவசனம் ஒன்றுடன்
தனது சிலுவையை உயர்த்தி அலறினான்
கூட்டம் ஒரு அடி முன்னே பாய்ந்தது
சிலர் மண் அள்ளித் தூற்றினார்கள்
சிலர் முக்காடிட்டு கண்ணீர் சிந்தினார்கள்
திசையெங்கும் குரல்கள் எழுந்தன
கண்களுக்குப் பதில் இரண்டு கண்ணாடிக் கோளங்களை
கொண்டிருந்த ஒருவன் பேசத் துவங்கினான்
நிறுத்து உன் போதனையை பிரசங்கியே
நீ புயலின் வழியை மறித்து நிற்கிறாய்
அப்படியானால் திரும்பிப்போ
இந்த சியோனை விட்டுப் போய்விடு
இறந்த விலங்குகளைத் தின்று விட்டு
கூடடையும் எறும்புகளின் நிலத்தை விட்டு வெளியேறு
கல்வாரி மலையனடியில் செறிந்திருக்கும்
தங்கத்தாதுக்களை காவல்காக்கவும்
கண்காணிக்கவும் அல்லது அதன் பொருட்டே
உன் வருகை நிகழ்ந்திருக்கிறது
அதை ஒருபோதும் உன் தேவனானவரின் பொக்கிஷத்திற்கு
எடுத்துக்கொள்ள முடியாது என அவரிடமே போய்
சொல்லிச் சேர்
உன் தோல்விக்கான பயணத்தின் செலவினங்களை

உன் தநதையானவர் விசனமுடன் ஆசிர்வதிக்கட்டும்
அவர் எப்போதும் ஆயுதம் தாங்கிய சேனைகளின்
மகிமையானவராகவும்
பனிமலைகளின் உறைவுகாலத்தில் தொலைதூர
வெப்பநதிகளை வாய்கொண்டு உறிஞ்சுபவராகவும்
இரண்டாயிர வருடகாலம் புதைந்திருந்த
திராட்சை ரசத்தை பாவலம் செய்யாத கன்னிகளின்
கையால் சுவைத்துக் கொண்டிருக்கிறார்
இப்படியாக மந்தைகளைப் பரிபாலிக்கும் இரட்சகரை
நாங்கள்
அறிந்து வந்துள்ளோம்
விசுவாசத்திலும் கருணை மிக்க பிரசங்கியே
மரங்கள் உயிர்ச் சோம்பலில் தத்தம் இலைகளை
கைவிடும் நம்பிக்கையான பருவத்தில்
உன் கிழிந்த ஆடைகளைத் தைக்க எங்களுக்கு நேரமில்லை
எங்கள் மந்தையின் ஆடுகளைச் சினைக்காக
உன் தேவனின் கொட்டடியில் ஒருபோதும் அடைக்க
முடியாது
அவைகள் பொன்சாறு ஏறிய பசிய ஆமணக்கு
இலைகளில் இருந்து எங்களுக்கான இளம் மாம்சங்களை
பிரசவிக்கின்றன
கர்ப்பம் தரிப்பதனின்றும் சுயேட்சை கொண்ட பெண்களை
நீதியினிமித்தம் உண்மையில் யார் கொன்றது
அவர்களின் சூலகத்தில் சூட்டுக்கோலால்
யார் முத்திரையிட்டது
உனது தேவனானவர் கடலின் அலைகளினின்றும்
மாய்ந்து போகாதபடிக்கு மந்தைகளை
கைகளிட்டுத் தடுத்தாரா
தானியக் கூடங்களில் இருந்து பற்கடிப்புண்டாகும்
பஞ்ச காலத்திற்கான பரிவர்த்தனையின்போது
அவர் எங்கிருந்தார் சொல்லும்
ஒரு தந்தையின் சொற்களிலிருந்து அவரது மகனின்
பரிசுத்த இரக்கம் ஆயாசம் மிக்கதாய் இருக்கிறது

அறிந்துகொள்
எங்களுக்குத் தோன்றியதைச் செய்யும்படிக்கு
தேவனானவர் உலகை ஒருகாலத்துக்கும்
விட்டுவைக்கவில்லை
நைந்த ஆடைகளுடன் நீயேன் சிலுவை சுமக்கிறாய்
இங்கிருந்து போய்விடு பிரசங்கியே
உன் கருணைமிக்க கண்களால் அத்தகைய நடிப்பால்
பீடபூமியை ஒரு முடிவிற்குக் கொண்டு வரும்
அற்புதங்கள் எதையும் நிகழ்த்தி விடாமல்
புனித வரலாற்றையும் மாயம் பதுங்கியிருக்கும்
உன் நீண்ட அங்கியையும் சுருட்டிக்கொண்டு ஓடிவிடு
யோசிக்காதே பிரசங்கியே
நீ நுனிக்கிளைகளையும் பழங்களையும்
அடிவேர்களையும் ஒரு மரத்தில் கண்டு நெடுநாளாய்
நியாயம் செய்பவன்
உன் கண்மறைத்த நடுத்தண்டுகளை நாங்கள்
புதியதாய்க் காண்கிறோம்
எங்களிடம் காதலன்றி நீதியினைப் போன்றதொரு
வாசகம் இருந்ததில்லை
உன் தேவனானவர் இருமுனைகளையும் தரித்து
அத்தகைய நடுமரத்துண்டுகளை எடுத்துப்போய்
தன் தங்குமிடத்தையும் ஆக்கினை மன்றங்களையும்
கட்டுவித்துக் கொண்டவர் அல்லவா
மேலும் கேள்
அத்தகைய ஜெபவீடுகள் விலங்குகளின் வழித்தடத்தை
இன்னுமின்னும் அடைத்துக் கொண்டிருக்கின்றன
இருமுனைக்கும் ஜீவிதம் கடத்தும் நடுத்துண்டுகள்
இன்பத்தின் இயக்கத்திலிருக்கும்போது
அன்பான பிரசங்கியே
கடலை அதன் மட்டத்திலிருந்து நாசமுண்டாகும்படி
தளமுயர்த்தியது யார்
தன்வழி கடக்கும் பூகம்பத்தை உன் தேவனானவர்தாம்
இடைமறித்தார்

அவர் தனது இரத்தத்தின் பேரில் வழங்கிய
தாழ்நிலங்களும் தகரக்கூரைகளும்
வெள்ளத்தில் பிய்த்துக்கொண்டு போவதை
நீதான் அறியாமலிருக்கிறாய்
உன் பசித்த வயிறு நாசடையும்படிக்கு
உன் விசுவாசத்தினால் இவ்வுலகினை உன் தேவனுக்கு
பிரதிநிதிக்காதே
உப்புக்கடல் மீண்டு பிறந்த இடத்திலேயே வந்து
மரித்துப்போய்விடும் சாலமன் மீன்களுக்காக
பறவைகளும் கரடிகளும் செந்நிற செடார் மரங்களும்
காலத்தின் அமைதியாய் இருக்கின்றன
நீ உன் வலைகளைச் செப்பனிடாதே
உன் வினயமான வார்த்தைகளுக்குள் அனைத்தையும்
பரிசுத்த இராஜ்ஜியத்திற்காக மேலதிகம் சேமிக்கிறாய்
ஆகையால் நீர்வாவிகளும் கோரைப்புற்களும்
பனிப்பாளங்களும் தரைதட்டிப் போயிருக்கின்றன
எங்கள் மொழிகளின் பிரசன்னமும் இல்லாதொழிய
வேண்டுமா
தாய்க்கும் தந்தைக்கும் பிள்ளைகளுக்கும்
அவர்களின் நிலத்தோடு இணைந்திருக்கும்படி
கட்டளையிட்டு
பின் தேவனானவர் யாருக்காக அவர்களிடையே
எந்நேரமும் பகைமையுண்டாக்குகிறார்
பிறகு ஏன் அவர் ஏழாம் நாளுக்குப்பின் வேமெடுத்து
உலகின் அநாவசியங்களை ஆதாரமற்றவைகளை
மக்கள் கொள்ளையடிக்கும்படி அதிகம் படைக்கிறார்
நல்லது
நாங்கள் வெளியேறும் பலதுளைகள் நிறைந்த
விளைநிலங்களையும்
அதன் அடிப்புறத்தில் தாறுமாறாய்ப் படர்ந்திருக்கும்
பைத்தியக்காரப் புற்களின் வேர்களையும்
இப்போது கைகளாக இணைத்துக் கொண்டுள்ளோம்
இச்சையினருகே துவக்கமும் முடிவும் வேண்டாமல்

பதில்களும் கேள்விகளுமற்று சுற்றுப்பாதையில் எப்போதும்
தீங்கானவர்களாய் இருக்கிறோம் என இனி நீ
சஞ்சலமடைய வேண்டாம்
மாற்றமற்ற விதியைப் போன்றதல்ல மரணம்
அது நிலத்தின் மீதான குற்றத்தின் பாதையில் இருக்கிறது
காய்ந்த நிலத்தின் கள்ளிகளினின்றும் நீ பாலெடுக்காதே
அதோ எங்கள் ஆடுகள் சரிவிலிருந்து மீண்டும்
திரும்பிவிட்டன
நீ சதுக்கத்தின் மேலே இனியும் ஆகாயத்தில் தோன்றாதிரு
ஆக்கினை மன்றங்களிலும் தண்டனைத் தொழுவங்களிலும்
பெரும் வணிகர்களின் சில்லறைத் திருட்டில்
ஒளிந்து கொண்டு
பாழ்வெளியில் மைதுனம் புரியும் உன் தேவனானவரின்
அழகிய ஆலயங்களுக்குள்ளோ அல்லது உயிர்த்தெழ
முடியாத இயந்திர
கல்லறைக்குள்ளோ உன் கடைவிரிப்பைச்
சுருட்டிக்கொண்டு போய்
சோம்பலுடன் இறுதி ஓய்வெடு

இஸ்ரவேலின் மன்னர்கள் என்று இனி யாருமில்லை
மக்கள் தங்களுக்குத் தோன்றியதைச் செய்வார்கள்
- நடுமரத்தண்டின் பாடல்

உள்வாங்கப்படுபவர்கள்

மிகச்சிறந்த மலிவான மதுவடிப்புச் சாலைகள்
அதன் பரந்துபட்ட விற்பனை மையங்களோடு
தேவைப்படும்போது அவற்றை நமக்கு
வழங்குபவர் பெயர் ஏன் சொல்லப்பட வேண்டும்
ஒவ்வொரு இரவிலும் ஆண்கள் குடித்துவிட்டு
இறந்துவிடும் ஒரு நிலத்தில்
அவர்களது தலையை வட்டார வழங்கல் அதிகாரி
தெருவில் காயப்போட்டு விடுகிறார்
ஆனாலும் புதிய தலைமுறைகளின் நகரம்
தனக்குள் அதிகம் பேசிக்கொண்டே நகர்கிறது
சிலர் கடலோர சவுக்குக் காட்டிற்கும்
இன்னும் பலர் படகுகள் மிதக்கும் நீர்நிலைகளுக்கும்
எதேச்சையாகச் சென்றுவருகிறார்கள்
ஆறுகள் மடிந்துவிட்ட காலத்தில் பெருகும்
மழை மற்றும் குடிநீர் குறித்த
கோடைகால அங்கலாய்ப்புடன் பலதெருக்களின்
புராதன வீடுகள் வெறிச்சோடிவிடுகின்றன
வாழ்வதற்கான அவஸ்தைகளில்
மருத்துவமனைகளுக்கு முன்பு
ஆங்காரக் குரலெடுத்து அலறுகிறது நகரம்
அங்காடிகளில் முத்தமிட்டுக் கொள்பவர்களை
சலனமின்றிக் கடக்கிறது
பழைய நூற்றாண்டின் நிறைவேறாத உடலின் இசை
இதற்கிடையில் வேகவேகமாக

தங்களது உணவுகளை மிச்சமுள்ளவர்கள்
அதிகளவு அள்ளி விழுங்கிக் கொண்டிருக்கிற
ஒரு தீபகற்பத்தில்
இடமும் காலமும் அற்று
கொஞ்ச பேர் இளமையிலேயே
இலவச உணவு வரிசையிலும் மின்மயானத்திலும்
உள்வாங்கப்படுகிறார்கள்.

பழைய நாடகம்

சிறிய தள்ளுவண்டிகளில் மீன் டப்பாக்களையும்
வெள்ளரிக்காய்களையும் அடுக்கும்போது தவறுதலாக
அடுத்த யுகத்திற்கு நுழைந்திருக்கிறீர்கள் என்றார்கள்
நிலைக்கண்ணாடிகள்வேறு என்னை
போன நூற்றாண்டைச் சேர்ந்தவன்
எனக் காட்டிக் கொடுக்கின்றன
கொழுத்த மேகம் திரண்டு
மழைக்காலம் தொடங்கித்தான் விடுகிறது
அண்மைக் குன்றுகளும் நமது தொகுப்பு வீடுகளின்
வாதுமை மரங்களும் செழித்து நிற்கின்றன
நீ உனது அறையைக் கையோடு
எடுத்துக்கொண்டு போய்விடும்போது
ஏதேனும் ஊனமாகிவிடுகிறதா என்ன
பால்கனியில் இப்போது தனிமையின்
பத்திரிக்கைத் தாள்கள்
எரிந்த அரை மெழுகுவர்த்தி
மற்றும் ஒரு நண்டு ஓடு
ஆஷ்ட்ரேக்கென மல்லாந்திருக்கிறது
நீ இறைந்து சத்தமிட்ட வார்த்தைகள்
உன் கடவுளின் உச்சிக்கூரையில் மோதி
ஒலியிழந்து விட்டன
உலர்ந்த பாதங்களில் மசகு பூசி நீவி விடுகிறேன்
கதவுகளுக்குப் பின்னால் எவ்வளவு மக்கிய பாவனைகள்
ஒரு மண்சட்டி அளவு தானியம்

மூதாதைகள் யாரும் மரணப்படுக்கையில் இல்லை
இப்புது யுகத்தில் உனது அறையில் இளம் பேச்சரவங்கள்
உதாசீனமான நகைப்பொலிகள்
இப்போது எனக்கெதிரே கடவுளுக்குமான
மதுக்குவளை இரண்டு.

தலைமறைவு காலம்

நாளாந்திரப் பண்புகள்

மிகச்சிறந்த உண்மைகள்
ஆதிக்காதலின் ஞாபகம் வழியே
முக்கியமற்றதைப் பின்பற்றிச் செல்கிறது
மீன்களுக்கு உணவிடுபவர்கள்
வல்லூறுகளின் கண்களைச் சுழற்றுகிறார்கள்
பருவங்களின் இயல்பான மொழியை
காற்று பல்வேறாய் அசைத்துச் செல்கிறது
இறந்த வீதிகள்
கல்பலகைச் சமாதிகளாய் நீண்டிருக்கின்றன
திரும்புகிறது இரவு வியாபாரிகளைப் போல்
பச்சை நிறங்களிலிருந்து பூமி
அமைதியின்மையின் பழங்களுக்கு
வண்ணமேற்றும் நண்பகலின் தூரிகைக்காக
மேலும்
மண்ணின் நாளாந்திரப் பண்புகளை
குலைக்கும் முகமாகப் பொறுத்திருக்கலாம்
குளிர்ந்த இசையின் லாகிரி ததும்பும்
பாடலில் இருந்து
துயரங்களின் கண்ணீர் பெருகும்
சந்தர்ப்பங்கள் கைவிடப்படவும் கூடும்
முக்கியமற்றதைப் பின்தொடர இயலாததற்கும்
மனிதனாய் இருப்பதற்கும் கூட
இப்போது
உண்மைகளுக்குத் தன் மெய்மைகளோடு

திரும்பும்
சக்தியும் வாஞ்சையும் இருந்தால்
எல்லாரின் கண்களும் படிந்திருக்கும்
பிசாசுத் தன்மையை அதன் காதலோடு
சந்திக்கவும் நேரலாம்
அப்போதெல்லாம் காற்று பற்றற்று
மண்ணிற்கு
பழங்களைத் துண்டித்து அனுப்பியபடியிருக்கும்.

தையல் ஊசி விற்பவன்

பலமுறை செப்பனிடப்பட்ட பழைய பேருந்தினுள்
அதன் கண்ணாடி சன்னல்கள் தகரங்கள்
மற்றும் இருக்கைகளும் நடுங்க
அதிக மக்களுடன் குறைந்த கட்டணத்தில் பயணிப்பது
ஒரு நான்குவழிச் சாலையின் அழகிற்கு
சற்றுப் பொருத்தமில்லாததுதான்
தனது நிறுத்ததத்தில் இறங்க அக்கிழவர்
கால்களில் வலுவற்று இருந்தார்
அவரின் நிலம் கைமாறி இருக்கலாம்
இரண்டு ரூபாய்க்கு ஏழு தையல் ஊசிகளை
விற்பவன் உற்சாகமாக இறங்கிப் போயிருந்தான்
இன்னுமிருக்கிறதா கிழிந்த துணிகள்
நல்லது
பழக்கூடைகள் பள்ளிச் சிறார்கள்
தலை வறண்ட பெண்கள் இடையே
ஏதோ நடத்துனர் தன் கால்களால் பேருந்தை
உந்தி ஓட்டுபவர் போல சிரமமாகத் தெரிகிறார்
எத்தனைமுறை செப்பனிடப்பட்டாலும்
நான்குவழிச் சாலையின் மேம்பாலத்தில்
அப்பேருந்து தோன்றும்போதுஇருபுறமும்
தொலைந்துபோன தன் கிராமத்தையேதான்
திடுக்கிட்டுத் தேடிச் செல்லும்போல
மற்றபடி
சாலையின் நடுவே நெடுக வைத்த அரளிகள்
இளம்சிவப்பில் பூத்திருக்கின்றன.

நிகழ்ச்சி நிரலில் இருந்து

இரவுகளை உறக்கத்திற்காக
துண்டித்துக் கொள்பவர்கள்
அன்றாடத் துயரங்களுக்கு மாற்றாக
பெரும்புனைவில் ஈடுபடுகிறார்கள்
அவர்களது பயணம் பசும் புல்வெளிகளுக்கிடையே
பசுமாடுகளின்மீது கரிக்குருவி அமர்ந்திருக்கும்
பின்மாலைப் பருவத்தில்
மறையும் சூரியனின் முன்பாக
நல்ல உடலுறவிற்கான
வேண்டுதலாக இருக்கிறது
அச்சமயத்தில்
எலுமிச்சைரசம் பிழியப்பட்ட கார உணவால்
உதடுகள் காந்தும் நேரத்தில்
ஒரு குளிர்ந்த முத்தத்தை வழங்கும்
அறிமுகமற்ற இணையின்
முறுவல் நிறைந்த அரவணைப்பில்
இதுவரை கடைபிடிப்பதின் அவலத்தினின்றும்
தங்களின் நீதியைக் கடக்கிறார்கள்
காட்டுச்செடிகளை அழித்து எழும்பிய கட்டிடங்களின் மீது
நிலவொளி சிந்தும் அகாலத்தில்
பெண்களின் அடிவயிறும்
புறமுதுகிட்ட ஆண்களின் புஜங்களும்
அச்சமவெளியின் இறையாண்மையை

பெருமரங்களின் நீடித்த தன்மைக்கு ஆதரவாக
நாடகியமாக்குகின்றன
ஏதேனும் கலவரம் நடக்கும் தேசங்களில்
காதலர்களுக்கு பால்பொழியும் மறைவிடங்கள்
அற்றுப்போகும் நிலையில் அங்கு பிறந்த குழந்தைகள்
கொல்லப்படுவதுதான் தனிப்பெருங்கருணை
மற்றபடி
எல்லாக் கடவுளுக்கும் குடும்பம் இருக்கிறது என்பதன்றி
இத்தனை வாக்கியங்களையும் துர்சகுனங்களின் பொருட்டு
இரவிற்கு ஒப்படைப்பவர்கள் ஆதியில் மரங்களிலிருந்து
உறங்கும்போது பரிதாபகரமாக கீழே விழுந்தவர்கள்தான்.

நிரூபணத்திற்கான வழிப்போக்கன்

அவர்கள் அகப்பட்டிருந்தார்கள்
ஒரு நிலவின் கீழ் இருளில் துயரங்களை
இசையென மயங்கி நெட்டுயிர்த்தார்கள்
மீன்கள் துள்ளும் குளங்களில் நீர் வற்றும் காலத்தில்
சகதிகளில் வாய்பிளந்து செவுளசையக்
கொண்டிருந்த அடியுறக்கம் அது
விலங்குகளின் பால் அருந்தும் அம்மக்கள்
வெற்றிடங்களில் சுட்ட கற்களை அடுக்கிச் சொன்ன
யுகாந்திரத்தின் கதைகளை பழைய ஆட்டுச்சண்டைக்காரனும்
ஒரு உப்பு வியாபாரியும் ஒருவரியில் சுருக்கி
தேசங்கடந்து கொண்டு போனவர்தாம் திரும்பவில்லை
இன்னமும் மக்கள் கானகத்தையும் இரவையும்
பகையெனக் கருதினாலும் காதலும் இடுகாடும் அவர்களை
மனவெறியின் பாதையில் ஊளையிடச் செய்கிறது
அவர்கள் காத்திருந்தார்கள்
தாங்கள் உயிருடன் இருப்பதற்கான நிரூபணத்தைச் சொல்
ஒரு வழிப்போக்கனும்
மேலும் தாங்கள் நெருக்கடியில் கொலைசெய்ய நேர்ந்து
விட்டதை
மன்னிக்கும் பொருட்டு ரகசியம் காத்து
துக்கமெனினும் அருகில் நடுக்கம் குறைத்து
உறங்கிக்கிடக்க ஒரு நீதிமானுக்குக் காத்திருந்தார்கள்
இப்போது
ஒரு யுகாந்திரத்தை சிறு சம்பவமாகச் சுருக்கவேண்டுமெனில்
பெரும் பிரச்சனையானாலும் பரவாயில்லை
அவர்கள் கூடுமிடத்தில் ஒரு கல்லை
இலக்கின்றி எறிந்துதான் ஆகவேண்டும்.

தலைமறைவுக் காலம்

கேள்வி கேட்க முடியாதபடிக்கு அளவைக்கு மேல்
கைத்தானியம் களவாய் கொடுக்கும்
ஒரு நாள்பட்ட மரக்காலை எடுத்துக்கொண்டு வந்தேன்
விளிம்பு தேயாமல் பல பொதி கண்ட அது
தவசங்களைக் கண்டு நெடுநாளாகியிருந்தது
ஆனாலும் கோடைநிலத்தின் மீது
தன் காதணி சிணுங்க கருத்த உள்வட்ட வாயை விரித்து
இப்போதெல்லாம் அலறுகிறது
தவறுதலாக தன் அத்தனை கணக்குகளையும் இழந்து
நான் சுமந்து வந்த மரக்கால் விரித்த கடைப்பாதையில்
முன்னூறு பேர் வரகு சுமந்து போனார்கள்
ஒருவன் பிணம் விற்றுக் கொண்டிருந்தான்
நாய்க்கடி வைத்தியன் அணை மரத்தில் கட்டிக்கிடக்க
பிணையம் வசூலிக்கும் காவலர்கள் கண்ணில் பட்டார்கள்
யாரோ ஒருத்தி நகரவிடாமல் தேர்க்காலின் குறுக்கே கிடந்தாள்
அசதியுடன் எழுந்து மரக்காலை கக்கத்தில் இடுக்கி
நடையைக் கட்டினேன்
பதிலுக்கு மூன்று பஞ்சகாலங்களைக்
காரணம் காட்டினார்கள்
ஒரு பிள்ளை புலிவால் பிடித்து அலைவதாகவும்
மற்றொரு மகள் மஞ்சள் வியாபாரியுடன் ஓடிவிட்டதாகவும்
நாள்பட்ட காலத்தில் கண்ணில் படாமல்
என்னிடம் தலைமறைவாகி விடும்படியும் வேண்டினார்கள்
வழிநடையில்

அடிக்கடி தவறித் தரையில் விழுந்துவிடும் மரக்காலோ
களம் களமாய் குதிர் வேண்டி என் கைகளை அறுக்கிறது
வழியில் போவோர் வருவோரிடமெல்லாம்
பிராதும் வைக்கிறது
மாகாணிகளையும் நஞ்சைகளையும்
கைமாற்றி மைமாற்றிக் கொண்டிருக்கும்
ஒரு ஊருணிக்கரையில் அமர்ந்து
அதைக் கோபத்துடன் நடுநீரில் போய்விழும்படி வீசி எறிந்தேன்
அது குளம் குளமாய் தாவிப்போய்
ஊரெங்கும் நீரளந்து கொட்டி
ஆறளந்து போதாமல் கடலளந்தும் கொண்டிருப்பதாய்
கெக்கலித்துச் சிரிக்கிறார்கள்.

ஆறுமுகா காபி ஒர்க்ஸ்

எனது தேசம் விடுதலையின் கனவுகளில்
இருந்தபோது பிறந்தவன் நான்
அப்போது ஒரு சந்நியாசி கைத்தடியுடன்
கிழக்கும் மேற்குமாய் சத்தமிட்டபடி அலைந்து கொண்டிருந்தார்
வெகுகாலம் முன்பாக கப்பலில் வந்தவர்கள் தங்களுக்குள்
சுருட்டிக் கொண்டதுபோக ஒருநாள் நள்ளிரவில்
நைச்சியமாய் கைகுலுக்கி விடைபெற்றார்கள்
மக்கள் பெருமூச்சு விட்டபடி விவசாய நிலங்களுக்கு
நீர்நிலைகளுக்கு கிராமச் சாலைகளுக்குத் திரும்பினார்கள்
நான் காப்பிக் கொட்டைகளை சீராக வறுக்கும்
ஒரு இயந்திரத்திற்கு உரிமையாளனானேன்
எனது நண்பன் உள்ளூர் கைநூற்புகளை நெய்யும்
தறியில் நெசவாளியாக அமர்ந்தான்
சிலரோ எப்போதும்போல் கழிவறைகளைத் தூய்மை செய்தனர்
கோவில்களில் மங்கல விளக்குகளும்
ஆலயங்களில் மெழுகின் தீபமும்
மசூதிகளில் பாங்கும் இழைய
எனது தேசம் அணைகளில் பாய்ந்து
ஆலைகளில் உயிர் பெறத் துவங்கியது
ஒருநாள் வியாபாரி ஒருவன் உரம் கொண்டுவந்தான்
வேறொருவன் புதிய விதையொன்றைக் கண்டிபிடித்தான்
அதை விற்க ஒருவன் ஆங்காங்கே கடை திறந்தான்
கடைபெருகி வீதியாகி வீடுள்ள தெருவெல்லாம்
விறுவிறுவென சந்தைக் காடானது

இந்த ஏராளச் சந்தைக்கு யார்யாரோ
தாராளமாய்க் கடன் கொடுத்தார்கள்
இப்படித்தான் நண்பர்களே என் இயந்திரம்
என் கையை விட்டுப் போனது
என் நெசவாளி நண்பனும் நேற்றுத்தான் செத்தான்
விடுதலைக்குப் பிறகு இப்போது என்னிடம்
மனைவியோடு ஒரு வாடகை வீடு
காப்பி வறுவலைச் சோதிக்கும் ஒரு மாதிரிக் கரண்டி
பவுடர் நிறைக்கும் பட்டர் பைகள் மற்றும்
புகை படர்ந்த ஒரு காந்தியின் படத்தோடு
கல்லாப்பெட்டியும் கொஞ்சம் கடனும் இருக்கின்றன.

மக்கள் தாவிக்கொண்டிருக்கிறார்கள்

இப்படித்தான் ஒருநாள் உலகம்
ஒரு பெரிய முட்டைக்கோஸாகி விட்டது
நாடுகள் அனைத்தும் அதையெ அதிகமாகப் பயிரிட்டன
எங்கும் அதுவே உணவானது
தன் நாட்டு மலைச்சரிவில் ஊன்றி
ஒரு தாவரவியல் ஞானி வளர்த்த
ஒரு ராட்சச முட்டைக்கோஸ்தான் அத்தனைக்கும் காரணம் என்றார்கள்
மக்கள் உணவிற்குப் பிறகும் முட்டைக்கோஸுகளைக் காதலித்து
முட்டைக்கோஸ் குழநதைகளைப் பெற்றெடுத்தார்கள்
பெய்யும் மழையின் அதன் வாசனை
முட்டைக்கோஸ் விளைவு என்ற பெயரில் ஞானி
தனக்கான நோபல்பரிசினை விருந்தில் புன்னகையுடன்
பெற்றுக் கொண்டார்
ஆனாலும் அம்மகிழ்ச்சி நெடுநாள் நீடிக்கவில்லை
அவ்வளவு பெரிய முட்டைக்கோஸினுள் களைச்செடியாக
ஒரு மெல்லிய ஆரஞ்சுப்புல் முளைத்திருப்பதை
விஞ்ஞானிகள் கண்டுபிடித்தார்கள்
அதைக் கெல்லியெறிய முயன்று
அமிலக்கொல்லிகளையும் ஊற்றினார்கள்
ஆனால் அந்த ஆரஞ்சுப்புல்லோ பக்கவாட்டில் கிளைத்து
வேரோடு அருகுபோல் தழைத்து பூமிப்பந்து முழுக்க
முள்ளம்பன்றியாக சிலிர்த்துக்கொண்டிருந்தது
அதற்குப் பின்பு மக்கள்
ஆரஞ்சுப்புல்லின் நறுமணத்திற்கு தாவிக் கொண்டார்கள்.

ஒரு மனித ஞாபகம்

மார்க்ஸ்
உன்னைத் தந்தை என்று அழைப்பது
நாசகரமானது மேலும் துயரமானது
நீ பருவகாலத்தின் நாவற்பழம்
கோடைகாலத்தின் புரதச்சத்து
மேலும் நம்பத் தகுந்ததும்
நினைவு மறதி நாட்களும் உன்னை
ஞாயப்படுத்தவும் காட்டிக் கொடுக்கவும்
பரிதவிக்கின்றன
துருவச் சரிவுகளில் பனி மனிதனின் காலடித் தடங்களை
இன்னும் அவர்கள் தேடிக் கொண்டிருக்கிறார்கள்
மிகவும் வளர்ச்சி அடைந்துவிட்ட நகரம்
அல்லது மிகத் துயரமான சிற்றூரின் கண்மாய்
அங்கு கூதிர்காலத்தின் மழை ஊடாக
உன்னை நினைவு கொள்வது
ஒரு எளிய மனிதனின் காதலுக்கு மட்டுமல்ல
பெரும்பாறையை மலைமேல் செங்குத்தாக
உருட்டிச் செல்ல முனையும் ஒரு
பைத்தியக்காரனின் துயரத்திற்கு அனுகூலமானது
கடவுள் என்ற உபரி மதிப்பை
யாவற்றிலிருந்தும் துண்டித்ததன் மூலம்
நோயின் வெப்பாளத்தில் சுண்டல் பயிர்களின்
பச்சைநிறப் பொலிவின்மைக்கு
அழுகிய கனிகளின் காலம் தவறியமைக்கு

மார்க்ஸ் நீ
பொறுப்பேற்றுக் கொண்ட ஒரு மனித ஞாபகம்
உன்னைத் தந்தை என்று அழைப்பது
பயங்கரமானது
கடவுளை நேரெதிர் கொண்ட வலிமையான
தாங்குதிறன் கொண்டவன் நீ
அவ்வளவு தவறாக அனைத்திற்கும் மேலான கண்ணீருடன்
மழைக்காலத்துத் தவளையைப் போல
மனிதருக்கான புத்துயிர்ப்பை சப்தமிட்டாய்
எதிர்காலத்தில் குடியிருப்புகள் சதுக்கத்திற்கு
வந்து நிற்குமென முன்னறிவித்த நீதான்
எவ்வளவு அருமையான வழிப்போக்கன்.

அலெக்ஸாண்டரின் காலனி

2017

கனகாலம்

பனிக்காற்று ஊடுருவும்போது வெண்ணெய்க் கட்டிகளை
பத்திரப்படுத்த வேண்டியதுதான்
அந்நேரம் அதிபர்கள் தேசம் பயணிக்கிறார்கள் வானிலை
அறிக்கைகளோடு
வயோதிக லெப்டினெண்ட்கள் கட்டிய பொய்ப்பற்களுடன்
யுத்தகாலங்கள் பற்றி பேசித்தான் ஆகிறார்கள்
ஆர்க்கிட்கள் கலந்த பூமாலைகளின் கருணையைப்
பெறும்பொருட்டு
இறந்துபோகிறவர்களின் கைகள் கட்டப்படுகின்றன உலகத்
தொழிலாளர்களுக்கான
அஞ்சலி முடிந்து கனகாலம் ஆகிவிட்டது கல்லறைகளுக்கு
அருகே எழுதப்படும்
வசந்தகால இலக்கியங்களுக்கு
வெற்று நத்தைக் கூடுகள்தான் சாட்சியம் எனக்கு வலதுகாலை விட
இடதுகால் சில மில்லிமீட்டர்கள் நீளம்
இனி குழந்தைகளை
பன்னாட்டு எதிர்கால ஒப்பந்தங்களில் நிரப்பி
வைக்கலாம்
ஓ, அந்த ஒட்டகச்சிவிங்கி
இளம் முகத்துடன் எட்டிப் பார்க்கிறது
ஒரு மனிதனின் மாண்புமிக்க நடத்தைக்கான தடுமாற்றத்துடன்
அதற்கு முகமன் கூற எத்தனிக்கிறேன்

செலாவணியாகாதவன்

தானொரு பயணியில்லையென்றான்
அந்த தேநீர்க் கடையில் மெலிதான கவிச்சை ஒருவன்
இடம்பெயர்வது சுலபமென்றவன்
தன்னிடம் கடவுச் சீட்டென்று எதுவுமில்லையென உதட்டைப்
பிதுக்கினான்
எனது பணத்தை சிறிது செலவளிக்க எண்ணினேன் ஆள்நுழையும்
சிறிய ஓட்டைகள்
பூமியெங்கும் உண்டு என்றவன் நிலம் ஒரு கற்பிதம் என்றான்
மந்திகள் கூட்டமாய் வந்து
மதிற்கூரைகளில் தாவின
எத்தனை நூற்றாண்டு இங்கே இருக்கிறாய் என்றான் ஒரு மனிதன்
எதார்த்தத்தில்
மூன்று நூற்றாண்டுகள் மட்டுமே வாழ முடியும்
இன்னும் அரை நூற்றாண்டு மீதமிருக்கிறது என்றேன்
அவனுக்குப் பற்கள் ஒழுங்கில் இல்லை பறவைக் கூடருகே
நின்றிருந்தான்
நான் பணத்தாள்களை பண்டமாற்றாக்கினேன் அவன் சட்டெனத்
திரும்பி
வேற்று நாட்டிற்குள் தனது ஒரு காலை
வைத்துவிட்டதாகச் சொன்னவன்
நான் தாவி அவன் கைகளைப் பற்றும் முன்பு
மறுகாலையும் இழுத்துக்கொண்டு மறைந்து போனான் சுற்றிலும்
பார்த்தேன் பெயர்ப்பலகை எதுவும் இல்லை அருகேயழைத்த
கடைக்காரர்
உங்கள் நாணயம்
இந்த நாட்டில் செல்லாதென்று திருப்பியளித்தார்

மூங்கில் வடிகள்

அரிசியின் பயணத்தில் நான் ஒரு மூடாந்திரமான ஆள்
நேரத்திற்கு ஒரு பறவையின் பெயரை உச்சரிப்பேன்
கிழக்குக் கரைகளில் கடல் வற்றிக் காய்ந்த உப்பளங்களில்
நாற்றங்கால் வந்தது
உச்சிப்பாறையில் ஒரு கழுகு நிற்க அரிசி பயணிக்கிறது
மலங்காட்டிற்கு
சீன நாடோடிகளின் மூங்கில் வடிகளுக்கு மீனவர்களின் மண்
கலயங்களுக்கு
பிண்டத்திலிருந்து இரைச்சலிடும் காக்கைகளுக்கும்
அரிசியின் கதையில்
பல லட்சம் வார்த்தைகள் கொலையின் தடங்கள் ஒரு ஆற்றின்
நெடுங்கணக்கும்கூட
மேலும் அரிசி உலோகங்களைக் காய்ச்சி வடித்து
எரிமலையின்கீழ் மீண்டும் பச்சையாய் அரும்புகிறது விலங்குகள்
விலகிச்செல்லும் அரிசியின் பாதையில் நான்கு ஆளாக்கு
அரிசியின் எடை நான்
பயணிக்கிறது அரிசி கோதுமை பார்லி மற்றும் எண்ணெய்களின்
கைமாற்றுக்கு
ஒரு மது வகைக்கு, நிச்சலமான துறவிக்கு
வயல்களில் இருந்து எலி எறும்புகளின் வீட்டிற்கும் இப்பொழுது
கழுகு
உச்சிப்பாறையில் இருந்து கிளம்பிவிட்டது
நிலங்களை சமவெளியை அது நோட்டமிடுகிறது எனது அரிசியை
நான் மூடிவைக்கிறேன்
சிறுதூரல் விசிற தொலைவில் நாற்றங்கால்களை கொக்குகள்
அலசிக்கொண்டிருக்கின்றன

இயல்பான காத்திருப்பு

காதல்மேல் மிருகநிலைதான் மிச்சமாய் இருக்கிறது உன்
இளமைக்கு இந்த முதியவன்
அறுவடை நிலங்களை மறந்து துயில்கிறான் ஒரு எலுமிச்சை
வாசனை
உன்னிலிருந்து வீசும்போது விழித்துக் கொள்வான்
தேநீர் கெட்டிலை சூடுபடுத்தி
புகைப்பானோடு உன்னைப் பயிலவும்கூடும்
அவன் பள்ளத்தாக்கில் மேய்ப்பனும் ஆடுகளும் சமவெளிக்குத்
திரும்பும் முன்
உன் சொற்களில் ஒன்றைச் சுமந்து எஞ்சிய நாளை கடப்பானவன்
நீ அதிகக் காதலில் இருப்பதும்
உன் இளம் உதடுகளால் அவன் வறண்ட கண்புரையில் முத்தமிட
அன்பு செய்வதும்
இயல்பான காத்திருப்புதான்
உன் முதுகுப்பையில் வரலாற்றை நிரப்ப
வக்கற்றவனை மேலும் நீ தாய்க்கும் காதலிக்கும்
இடையே
பயணிக்கும் தூரங்களிடையே சாத்தானைப்போல்
அமர்ந்திருப்பவனிடம் உரையாட விரும்புகிறாய் உன் பாதையில்
இளம் சூடு வேண்டி
பாம்புகள் ஒருக்களித்திருக்கும்
உன் பறவை அகாலத்தில் கூக்குரலிடுவதைக் கவனி உன்
வளர்ப்புப் பிராணி சலிப்பில் வெளியேறி
மீண்டு வர
உன் சரும வாசனைகளைத் தேடி அலையலாம் எதற்கும் உன்
அன்பின்கீழ் என் கையொப்பம்

மெய்நிகர் வாழ்வு

தடித்த உதடுகளுடன்
செரிமானமற்ற கண்களால் ஸ்பரிசம்பற்றி பேசும் பெண் கொழுத்த
பனிக்கரடியின் முகமுரசி
(அதுவோ கண்சிமிட்டிச் சிரிக்கிறது) இறுக மூட்டப்பட்ட
குளிரங்கியை விளம்பரமாய்ச் சிலுப்புகிறார்
மேசைப்பந்து விளையாட்டு எனக்கேனோ பிடிப்பதில்லை
நழுவிச் செல்லும் திளைப்பை
பற்றி இழுக்க வேண்டும் உண்மையானதைக் காட்டிலும்
(அது முடிந்துவிட்டது)
அதன் நிழலுருவை அல்லது
போலியின் சாகசத்தை நிரப்பிக்கொள்ள வேண்டும் (அது அதிகக்
கிளர்ச்சியை மனநடுக்கத்துடன்
தனிமைக்கு நிரப்புகிறது) கட்டணம்
அது மீண்டும் செலாவணிக்காக பாதுகாப்புப் பெட்டகங்களுக்குள்
புத்திசாலித்தனமாக திரும்பிவிடுவதில்லையா
விபச்சாரத்தனத்திற்குள் நிதானிப்பது எதுவும் பொருந்துவதில்லை
விரைந்து செல்லும் பிம்பங்களின் கொக்கிகளில் தொங்கிச்
செல்கிறேன்
எனது தோற்றம்
பேசும் பெண் அவரின் சுத்திகரிக்கப்பட்ட வாய்ப்பகுதி
கீழாடையைப் பூட்டியிருக்கிறேனா
இந்த வருடத்தை முழுதாய் மறந்துவிடுவேன் அதிகத் தனிமையில்
அத்தகைய மெய்நிகர் பெண்ணுடன் உல்லாசமாக
வாழ்ந்துவிட்டேன்
(இதற்கு அவர் பொறுப்பேற்காமல் பொதுவில் பொருந்தும்படி
புன்னகைப்பார்)

எனினும்
நான் அப்படி இருந்தமைக்கு கட்டணம் கட்டத்தான்
வேண்டும்
அதுதான் உலக வழக்கு

உப்பு மண் சாடி

ஆகாசம் விரித்த கடையில்
எல்லாம் விற்றுக்கொண்டிருக்கின்றன நட்சத்திரங்களை விற்றுவிட்டு
நிலவுடன் வீடு திரும்புகிறான் வணிகன்
அவன் மனைவி நத்தைகளைச் சமைக்கிறாள்
குழந்தைகள் வீடுகளை காகிதங்களில் வரைந்து பார்க்கின்றனர்
உப்பு மண் சாடியில் இருக்கிறது
அதை மலை எலுமிச்சைகளுடன் கலக்க வேண்டும் வெகு
காலத்திற்கு முன்பு இறந்துபோன
பழம் மன்னனின் பாதுகாக்கப்பட்ட உடலில் இருந்து ஒரு
தலைமயிர் பெரும் விலைக்கு கை மாறுகிறது
ஒரு கிழட்டுப்பயல் வைரமிருக்குமென ஐநூறு ராத்தல்
வெங்கச்சாங்கற்களை விலைக்கு வாங்கி
கொல்லையில் குவித்துவிட்டு
நேற்று செத்துவிட்டான் அப்புறமா?
சரிதான், நான் என்ன கதையா சொல்றேன்

நெருப்பில் விழும் எழுத்துகள்

மாலை நகரம் காத்திருக்கிறது
மடாலயத்தின் வெண்கல மணியோசை சன்னொலியில் அதிர்ந்தபடி இருக்க
பச்சை உள்ளி மற்றும்
இனிப்பு மக்காச் சோளங்கள் விளையும் சரிவுகளில் முதிர்ந்த மூதாட்டிகள்
ஆவியில் வேகும் பாவ் அடுப்புகளை மூட்டுகிறார்கள் பிரம்புக் கூண்டுகளில் சிட்டுக்குருவிகள் ஒலியிடுகின்றன மணிச் சட்டத்தை அசைக்கிறான்
இடுங்கிய கண்களோடு இமை பழுத்த முதியவன்
சின்னஞ்சிறு நிக்கல் நாணயங்கள் சிறுத்துத் தொடர்ந்து
ஓடும் கசிவு ஓடை
அது ஒரு மரத்தை ஆயுட்காலத்திற்கும் பேணுகிறது இச்சைகளின் அவசரத்தில் இளம் வயதினர்
உள்ளாடைகளைக் கழற்றிவைக்கிறார்கள்
சர்ப்பங்களின் கானகம் நிலவொளியில் தகிக்கிறது ஞானத்தின் குருதிக் கறையை அது
தடாகத்தில் கழுவுகிறது
நகரம் தன் குளிர் விதானங்களில் ஒடுங்கியிருக்க
தச்சன் புத்தனின் நகங்களுக்கு வண்ணப் பூச்சிடுகிறான் சித்திர எழுத்துகள் நெருப்பில் வீழ்ந்தபடி
இருக்கும் நிர்வாண தம்மம்
சாவகம் செல்லும் பாலங்களின் நிழலில் உறங்கிவந்த மகாத்மன்
ஒரு பச்சை ஆப்பிளை உள்வாய் சிலிர்த்துப் பெருக சரக்கென கடிக்கிறான்

இனத்துவ ஆண்மை

தூக்கி எறியும் உன் டெக்னோ கழிவுகளிலிருந்து பிரித்தறிவேன்
எனது ஏழை தேசத்தின்
அத்தியாவசியத்தை

எனது பெண்கள் யோனிகளில் ஒருபோதும் சந்தையைக்
குவிக்கமாட்டார்கள்

நான் எனது ஆணுறுப்பை
ஒரு பாம்புப் பிடாரன் போல
பேரங்காடிகளின் வாடிவாசலில் அசைப்பேன்

ஓ வென வியக்கும் அத்தனை விழிகளிலும் சந்தை நியான்கள்
ஒளிரும்
குப்பைத்தொட்டியைப் பொறுக்கும் எனது சகோதரர்களின் பசியை
பன்மடங்காக்கும் அது உணவு வளாகங்களைத் தாண்டி

இன்னும் புலம் பெயர்வேன்
எங்கள் கனிமங்கள் போய்ச்சேர்ந்த ஒளிமிகு நகரங்களுக்கு
ஒரு பிச்சைக்காரனைப் போல

ஒரு புனித நூலின்
அதனை வழித்தடத்தில் சந்திக்கும் மூலச்சொல்
அதன் நக்கும் நாவைத் துண்டிப்பேன்

மேலும் நான் சிறைப்படுவேன் எனது கால்கள் எப்போதும்
கிட்டிகளில்
எனது ஆணுறுப்பு கிழிபடுகிறது கத்திகளால்

பிறகு அவர்களது சிறப்புவாய்ந்த
மேலதிக வரலாறு

அந்த சிவப்புத் தொப்பியுடன் கூடிய
குதிரை வீரன்

அவன் எனது நிலத்தின் பன்றி ஏனெனில் எனது கிழங்குகளால்
அவர்கள் திருப்தியுறுகிறார்கள் அது எனது கிழங்கு

உலகப் பயணாளி

ஒருமுறை குறுக்காகப் பாய்வதால் ஏதும்
நேர்ந்துவிடப்போவதில்லை பழம் மன்னர்களின் கோட்டைகள்
கனிம ஓசைகளின்றி கோடையில் வறண்டிருக்கின்றன மூலிகைக்
குளியலின்றி
எண்ணெய்ப் பசையும் அற்ற உலர்ந்த காலம் நீதிமன்றங்களின்
வாசலில் இருந்து எப்போதும் வீடு திரும்பும் துயரங்கள்
அல்லிகளோடு மழைக்காலம் விட்டுப்போயிருக்கும்
குட்டைகள்
முழு மேய்ச்சல் நிலத்தையும் இப்போது கற்பனையில்
அனுமானிக்க இயலாது
எழுதிய வாழ்விலிருந்து எழுதாத சம்பவங்களின்
குறுக்காகப் பாய்வது
ஒரு மரணத்தின் மிக நம்பகமான உபயோகமான சரிதத்திலிருந்து
நீங்கிச் செல்வது
வீட்டு மனிதனின் புராதன மற்றும்
கலைக்கூடங்களைக் கடக்கும் செய்கை மற்றபடி
பாதுகாப்பிலிருந்து பாயும் உலகப் பயணாளியாய் கூசி ஒடுங்கும்
ஒரு அலறல்
அது கடலில் ஒரு அலைவீச்சு அதிகாலையின் அமைதி
காய்கனிகளின் புத்துணர்ச்சி அத்துடன் அரவமற்ற கடவுளின் நியதி
அது எங்கிருந்தேனும் குறுக்காகப் பாய்கிறது

ஏவல் வினை

அவர்களைப் போன்றதொரு மொழியில் எனது குறியிலக்குகளை
நிலைமைப்படுத்த முடியவில்லை
பிறப்பால் இன்றி அந்நியனாய் ஒரு மொழிக்குப் பழக்கமாவது
அதிலிருந்து இன்னொரு மொழியை
எதிர்கொள்ளவும் நடத்தைகளுக்காகவும்தான் நிலத்தின் மொழி
மழை என விளக்கினால் வளையின் மொழி எலி என்றும்
எழுதலாம்
வேறு ஒரு மொழியில் எப்படி
யோசிக்க முடியும் மணி
அகராதிகளைப் படிப்பதென்பது
உருவம் காண மொழியில் படம் பார்ப்பது
காது சரியில்லை என்றால் பேச்சில் உருவம் விளங்காது கண்
சரியாக இருந்தாலும் முழுமையைப் பார்க்காது
நாம் மொழியை மனனம் செய்தவர்கள் காது காது என்றால்
வேது வேது என்பார்கள்
சைகையில் வாழ்பவன் சின்னப் புழுவை உருத்தரிக்க
ஒரு தொழிற்சாலை அளவிற்கு கைகளை அசைக்கிறான் வாய்
ஒலிகளை மொழிபோலவே
அளவில் சுருக்கி இடைவெளி விட்டு கூச்சலாக முழு எழுத்தையும்
பகடி செய்யலாம்
வாய்க்கும் முகத்திற்கும் அது நல்ல பயிற்சி என்கிறார் தமிழச்சி
தண்ணீர் மொண்டு வா என்பதற்கு
ஏன் சைகையில் கரணம் அடிக்க வேண்டும் தலைகீழாக நின்றாலும்
தண்ணீர் கிடைக்காது அது ஒரு ஏவல்வினை
ஏவியது ஒடுக்கப்பட்டவனையா மனைவியையா நண்பனையா
முதலாளியையா அதிகாரியையா பணியாளரையா
இல்லை தத்துவத்தில் நான் என்ற தன்னையா இல்லை
மொழியைத்தான் ஏவினேன் என்றால் கட்டளை வினைச்சுட்டின்
முன்னிலை நீ
எழுவாயா பயனிலையா
தண்ணியக்குடி... தண்ணியக்குடி.....

மூச்சிரைக்காத இதயம்

கிளாசிக்குகளுக்குத் திரும்புகிறேன்
காய்ந்த பள்ளி மைதானங்களின் மூத்திர வெக்கைக்கு
குட்டி இளவரசனின் எச்சிலுக்கு
ஒரு பண்பும் இல்லாத தாய் கிராமத்திற்கு ஒரு ஆசிரியரைத் தேடி
கல்லறைக்கும்
பழைய முத்தத்திற்கும் வேறுவழியில்லாமல் தாஸ்தயேவ்ஸ்கிக்கும்
திரும்பலாம்
குளத்துக் கரையோர தாசி வீட்டிற்கும்
அடுப்புத் தணல் இரவல் வாங்க பழங்காலத்திற்கும் ஒரு திணை
மாவு அதிரசத்திற்கும்
சுதந்திரத்தை முழங்கிய மார்க்கோனியின்
ரேடியோ பொட்டலுக்கும் திரும்பலாம் தடுப்பூசிகளைப்
போட்டுக்கொள்வதற்கும்
ஒரு டீ ஸ்பூன் வேப்பெண்ணெய் விழுங்கவும்
தூங்கும் அழகிகளின் இல்லத்திற்கும் நேரமிருந்தால் முதிர்ந்த
மதினிமார்களிடம் கதை பேசுவதற்கும்
திரும்பலாம்
திரும்பலாம் நீலகண்டப் பறவையைத் தேடியும் நிலமற்றுப்
போனவர்கள் கதை கேட்கவும்
ஒரு பூசணிக் கொடியை நடவும்
சிறிய மங்கோலியப் பெண்கள் வானில் தாவும் சர்க்கஸ்
கூடாரத்திற்கும் மதிய வெயிலில்
உறங்கும் கிராமத்து புகைவண்டி நிலையத்திற்கும்
டார்த்தினீயத்திற்கும் டி.எச்.லாரன்சிற்கும்
கோழிகளின் பண்ணைகளுக்கும் மழைவீட்டின் தனிமைக்கும்
கூப்பிட்டால் ஒரு பெண்ணுடன் பயணித்தும் திரும்பலாம்
திரும்பலாம் செல்மாவின் இகழ்ச்சியற்ற உதடுகளுக்கு
சிறுதானியங்களுக்கு கால்நடைகள் மேயும்
ஈர வயல்களுக்கு
மூச்சிரைக்காத இதயத்திற்கு மேலும் கிளாசிக்குகளுக்கு

வாயைக் கட்டும் விவசாயி

விவசாயி விவசாயி என்று ஒருவர் இருந்தார் முட்டாள் கொய்யா
மரங்களை
இலைக்கு ஒன்றாகக் காய்க்கும்படி தன் கட்டளைக்குக்
கீழ்ப்படுத்துவார்
மரவள்ளிக் கிழங்குகளும் சப்போட்டா பழங்களும் அவரது
சாம்ராஜ்யத்தின் பிரஜைகள்

தோட்டத்திற்கு அவர் வராத காலத்தில்
அத்தாவரங்கள் எலிகளையும் தன்மேல் குறுகுறுக்கும்
பூச்சிகளையும் நேசிப்பது அவருக்குத் தெரியாது
இதில் தேனீக்களின் கள்ளக்காதல் வேறு

விவசாயி மண்வெட்டி மற்றும் துரட்டிகளை கூர்மையாக்கிச்
செப்பனிடுவார்
அது கடவுளின்
பற்களைக் கூர்தீட்டுவதற்குச் சமம் என்பார் சினைக் காலத்தில்
விவசாயி
தன் மனைவியின் முலைகள் மிகவும் கனிந்திருக்கிறதாவென
தட்டிப் பார்ப்பார்
அந்நேரத்தில் அடியுரங்களை இடுவது அவரது வழக்கம்

வசந்த காலத்தில் கருமான் வந்தான் ஓடைகளில் நீர் வடிந்திருந்தது
இரண்டு கஜம் ஆழப்படுத்த
கிணற்றிற்கு வேட்டுவைத்தார்கள்
எலிகளுக்கு கிட்டி வைப்பவன் கள் இறக்க அது பகிர்ந்து
அளிக்கப்பட்டது

இப்படித்தான் அவர் தன் சாம்ராஜ்யத்திலிருந்து தன் தலைமுறை
தவழ்ந்துவந்த காலங்களின்

மனிதத்தன்மையை ருசுப்படுத்துவார் நாய்ப்பற்களுக்கு பயந்து அவரது
ஆட்டுமந்தை கொட்டிலில் இருக்க எருமைகளோ எப்போதும் குளத்தில்

ஆதித் தெய்வத்திற்கான படையல் நாட்களில் வாயை
கட்டிக்கொள்ளும் விவசாயி
கண்கள் சிவக்க திசைகளை அதட்டுவார் அவருடன்
நாய்களும் தன் கோரைப் பற்களால் உறுமும்
சீறும் காற்று புழுதியை எழுப்ப வானம் இருண்டு மழைக்காலமும் வந்துவிடும்

வழக்கம்போல் அனைத்தும்
காதலில் மூழ்கியிருக்க விவசாயி
மதகுகளை அடைத்துக்கொண்டிருப்பார்

பாம்பு வாங்கிகள்

திபெத்திலிருந்துதான் அந்தக் கோடு இறங்குகிறது கீழிருந்து
மேலாகவோ மேலிருந்து கீழாகவோ
ஒருவேளை யாழ்முனையிலிருந்தும் இருக்கலாம் அது சிதைந்த
பல்கலைக்கழகம் ஒன்றையும்
மேலாடைகளற்ற பழங்குடிகளின் தாடைகளையும் புலிகள்
விளையாடும் பள்ளத்தாக்குகளையும்
வரையறுத்துச் செல்கிறது
அமைதியும் மலைச்சிகரங்களின் உதயமும் மங்குகளில் தண்டு
வகை உணவுகளும்
அங்கு பேணப்படுகின்றன
மேலும் அக்கோடு
மேற்கின் வேட்டை மற்றும் வணிகத்தின் ஆரவாரங்களை
தம்மத்தால் அண்டாதிருக்கவும்
கிழக்கின் கடல்களில் கூச்சல் ஏற்படாவண்ணம் சிறிய தானிய
வகைகளையும்
அதற்கான எலிகளையும் கொண்டிருக்கிறது அங்கு
புல்குத்திகள் சமையல் கரண்டிகள் பாம்பு வாங்கிகள் யாவும்
ஒருமுறை யுத்தத்திற்கு ஆயின
அமைதியின் களங்கமின்மை அதுவே வென்றது இன்னும்
நீரோடைகளில்
காலங்கள் வழுவழுப்பாய் உருள்கின்றன சிறிய பறவையின்
இறகுகளில்
எழுதப்பட்ட கவிதைகள்
அதற்கு ஆன்மா என ஒன்றும் இல்லை
அப்பகுதியை கண்டமென்றும் சொல்லமுடியாது ஒருபோதும்
வெல்லமுடியாத தனிமையென்றோ புலிக் குடும்பங்களின் புழக்கம்
என்றோ
தற்கொலைகளால் விடைபெறும் சமன்பாடென்றோ அதன் மொழி
கூறுகிறது
அங்கே வியாபாரிகள் தங்கள் வீட்டைக் கண்டடைவார்கள்

வேட்டையாடிகள் சமாதிகளை வாசிப்பார்கள் அக்கோட்டினோரம்
எப்போதும் சிள்வண்டுகள் இரைகின்றன

சோர்விலாத ஒரு வார்த்தை

பண்டக நிலையங்களில்
வீட்டு உபயோகப் பொருட்களின்
அடுக்குகளில் உன் முகம் புதைந்து கிடக்கிறது உன் உடலை நான்
எவ்வாறு
கண்காணிப்பு இயந்திரத்தின் ஒலியில் இருந்து களவாடிச் செல்வது
கைச்சிட்டை பற்றுவரவில் உறையும்
உன்னை நான் எப்படிக் கடனாகப் பெறுவது பெற்றோருடன்
உறங்கிய உன் களங்கமற்ற
இரவுகளை நான் எப்படிப் புனிதமாக்குவேன்
அன்பே, எப்படி
ஒரு முத்தத்தை உன் இளம்
எக்களிப்பின் ஒழுங்கில் பெறுவது
மேலும் இக்கடலருகே எப்படி உச்சரிப்பேன்
அவ்வலைகளைவிட சோர்விலாத ஒரு வார்த்தையை உன்
உதட்டில் பட்டுவழியும் ஒரு மழைத்துளியாய்
என் காதலை எப்படி அன்பே இப்பூமி முழுதும் விதைப்பேன்
கைவிடப்பட்ட தெருக்களில் உன் உள்ளாடைகளை திருடிச்செல்வது
நான்தான்
சொற்ப நாணயங்களில் இருந்து
அவித்த வேர்க்கடலை வாங்குகிறேன்
மறுபிறவிக்கென என்னை விண்ணில் ஏற்றும்
மேம்பாலத்தில் மிதக்கிறது உடல்
நடைபாதையாய் நீ மறைந்துபோகிறாய் வெட்டுப்பட்ட காய்களாய்
அரசும் மதமும் விளையாடும் சதுரங்கப்பலகையென விரிகிறது
நகரம்
சரோஜ் நாரயணஸ்வாமி ம்ம்ம் வாலிப வயோதிக அன்பர்களின்
கவனத்திற்கு குமரன் பூங்கா பீகாரில்
வெள்ளம் பிரதமர் ஹெலிகாப்டரில் பார்வையிட்டார்
குளிர்கால கூட்டத்தொடர் ஒசிசா மக்களுக்கு ஆயிரம் டன்

கோதுமை வெள்ள நிவாரணமாக
அளிக்கப்படுகிறது இஸ்ரேல் மக்களுக்கு உதவி
முன்னூறு கோடி இந்தியா அளிக்கிறது செய்திகளை வாசிப்பது
சரோஜ் நாராயண சுப்பிரம்ணிய சாமி
நேற்று பாராளுமன்ற தாக்குதலில் இராணுவ வீரர் ஒருவர்
மரணமடைந்தார் பஞ்சப்படி உயர்வு கேட்டு அரசு ஊழியர் தர்ணா
முப்பத்து மூன்று சதவீத
இடஒதுக்கீடு பெண்களுக்கு பாதுகாப்பில்லை பெஸ்ட்
பேக்கரி வழக்கில் உண்மை துலங்குகிறது நதிநீர் தாவா
பேராயம் தீர்வு தனிப் பெஞ்சு கூடி விவாதிக்கிறது
வடகிழக்குப் பருவக்காற்று மையம் கொண்டுள்ளதால் புயல்
அபாயம் மீனவர்கள் கடலுக்குச்
செல்லவேண்டாம் என சிக்னல்கள் கச்சத்தீவை மீட்போம்
நாமிருவர் நமக்கு ஒருவர் சீனா
வாலாட்டுகிறது பாகிஸ்தான் அத்துமீறல் யானைகள் அட்டகாசம்
வெறிநாய் கடிக்கு அரசு
மருத்துவமனைகளில்...
மீண்டும் தலைப்புச் செய்திகள்

வெற்றவலங்கள்

காற்று முறிக்கிறது
கார்காலத்தின் நோய் நிலத்தின் மீது பூஞ்சையாய்த்
துளிர்க்க
மண் உதிர்க்கும் பாறைகள் நடுங்குகின்றன சலனம் எனில்
மழையின் பெயர்ச்சொல் அனைத்தையும் நனைக்கும்
உன் உடல் துளிர்க்கும் யாமம் இந்த அந்திப்பகல் விளையாட்டு.
எனக்கு ஒரு கைப்பிடியளவு உன் கதகதப்பு
மேகங்கள் உருக்கலைகின்றனவா கருக்கலைகின்றனவா
ஆதி பூமியின் நொடி என்றோ வெளியில் முடுக்கி
விரைவூட்டப்பட்டது
எந்த வெற்றவலங்கள் அதைத் தள்ளிவைத்தன என் இறந்த
சொற்களில் இருந்து
உன் காணாத்தடத்திற்கு
வழிசமைப்பது அவமானம்தான்
இந்தப் பருவமழையையும் தவறவிடுவோம் மரப்பட்டைகளை
புழுக்கள் அரிக்கட்டும் பரிணாமம் இன்னும் கனியவில்லை
இப்பிறவியை குற்றங்களின் வேட்கைக்கும்
மறுபிறவி ஒன்று இருப்பின் உன் காதலுக்கும் பாதுகாப்பேன்
இந்தப் பருவ மழை அயராது புணரும் குருவிகளுக்கு

கல்கத்திகள்

உன் மூட்டுகள் இணைக்கப்பட்ட உடலின் வளைவுகளில் ஒரு கோபுரத்தின்
பொருத்து ஆணிகளைக் காண்கிறேன் உன் வயிற்றில்
ஆலைகளின் இரைச்சல் அதன் வளைவுகளைப் பற்றி
தொங்க முயலும் என் சப்பாத்துகள் உறுதியற்றவை மூடப்பட்ட
கோள விளையாட்டரங்காய்
அதன் கதிரொளியோடு
உன் மார்பகங்கள் இந்நகரத்தின் மீது கவிழ்ந்திருக்கின்றன
அதன் செயற்கை நீரூற்று
உன் உதடுகளில் பீறிட்டுத் துள்ளுகிறது நான் கொறிப்பு
உணவுகளை
வேலையற்ற தேனீருடன் எடுத்துக்கொண்டேன் அங்கே
மியூசியத்திற்கு திரும்ப வேண்டும்
அதன் பிளவுண்ட அந்தரங்கத்தினுள்
வழக்கொழிந்த மலர்களை ஆதிக்குடிகளின் வசிப்பிடத்தை
கல்கத்திகளை, வரையோவியங்களை உதிரக்கவிச்சி வறண்ட
மரணங்களை
துருப்பிடித்த நங்கூரங்களை அப்புறப்படுத்த வேண்டும் நம்
சூலகமற்ற பால்த் துளிர்ப்புகளை
அதன் உள்மடிப்புகளை நிராசையுடன் நிரடும்போது சாளரங்களில்
கூச்சலிட்டு பறக்கும் வெளவால்களால்
குடியிருப்புகள் இருண்டு போகலாம்
ஒரு வளைவுமற்ற இச்செங்குத்தான கட்டடங்களின்
விரைகள்
மண்ணிற்கடியில் நோயுற்ற கிழங்குகளைப்போல
அழுகிக்கொண்டிருக்கின்றன
வளைவுகளில் நான் தொங்கி நகர்கிறேன்

ருதுவின் திமிறல்

முதல் காதல்
அது நோயுற்ற இருமலுடன் கழிந்து போனது எனது இரண்டாம் காதல்
பொருளற்றுப் போன பிச்சைக்காரனாய் இறைஞ்சியது
மேலும் அந்த மூன்றாவது காதல்
கையில் முத்தமிடக் குனியும் போது
நிராசையின் நெஞ்சில் உதைத்துத் தள்ளியது

அவன் கிழக்கிலிருக்கும் குன்றின் கீழ்
ஒரு நீர் நிலையில் வசிக்கிறான்
தன் விரலை அவன் நீரில் அமிழ்த்தும் போதே மீன்கள் சூழ்ந்து விடுகின்றன

ருதுவின் திமிறலுக்கு
அவனிடம் அணைப்புடன் கூடிய மூர்க்கமான விலங்கின் சுவாசம்
இழுத்துச் சரிக்கிறான் பழமரங்களை அவை என் வயிற்றுக்குள்ளும்
உடும்புகளின் வளைக்குள்ளும் உருண்டோடுகிறது

குடியிருப்புகளை விட்டு
மழை வண்டுகள் இரைச்சலிடும் இக்கொடுங்காட்டிற்கு
வந்து விட்டேன் என் காதல் அந்த
குன்றின் தலையில் விடிகிறது

பசித்த புலிகளின் ஓய்வுத் தடங்கள்
பழைய புத்த லாயங்களில் ஒளிந்திருக்கின்றன நாங்கள் எலிகளைப் போல் கூடினோம்
எனினும்
அவன் பதினான்கு நூற்றாண்டுகளை
அக்கரைக்குக் கடத்திய படகோட்டி
நான் குழந்தைகளை தின்னக் கொடுத்துவிட்டுத் திரியும்
நிறைசூலி

வரகரிசி விளையும் அக்குன்றுகளில்தான் காற்று பாடுகிறது

நாகரீகத்தின் ஒரு சொல்

உயிரிருப்பு குறித்து கதைக்கிறார்கள் பறவையின் முட்டைக்குள் கரு
பச்சையம் துளிர்க்கும் தாவரமுனை
கற்பாசங்கள் படரும் மலைப்பாறைகள் உப்புத்துளிகளை நக்கும்
சிப்பிகள்
இத்தகைய பனிக்காலத்தில் பூஞ்சைகள் அரும்பும் என்
அங்கைகளை
எங்கே வெயில் வாட்டுவது
ஒளி மற்றும் ஓசைகள் பற்றி எழுதுகிறார்கள் நீரின் உள்ளே பாயும்
கதிர்
வெடித்துக் கதறும் பனிக்குகை உறுமல்கள் மின்மினிகளின்
மினுங்கும் புட்டம்
ஊரடங்கியும் அரற்றும் சகதித்தேரைகள்
என் எலும்பின் சட்டகம் நெட்டுயிர்க்கும்போது கண்கள் பளீர் என
மின்ன அவை சடசடத்த ஒலியை எதில் பதிவது
பற்றற்றதையும் கைவிட வேண்டியதையும்
விளம்பரப்படுத்துகிறார்கள்
பல ஆயிரம் ஆண்டுகள் கழிந்த நிலம் உண்டது போக மிஞ்சிய
தானியம
உதறி ஓடிய நன்னீர் வெள்ளம்
அருகிப்போன நாகரீகத்தின் ஒரு சொல் எனது வெட்டிய
நகத்துணுக்குகள்
கேச மலமூத்திரங்களோடு சுக்கிலங்களையும்தான் எங்கே கழிப்பது
கோள் எனும் பாத்திரத்தில் இப்பூமியின் உயிர் நடிக்கிறது

பேரிச்சைப் பாதை

ஷெனாய் ஒலிக்கும்
மணற்குன்றுகளின் பக்கவாட்டில்
பாலைவன நிலவு தோன்றித் தவழ்கிறது களிமண் பொத்து
வீடுகளில் புகையும் ஹூக்காவின் காரல் மணம்
காதலின் திரைச்சீலைகள் தழுவும் மாடங்களில் பாடாத காவியத்தில்
இருந்து தப்பிய
நம் கூழாங்கல் மற்றும் கால்சியப் பற்களில்
ரகசியம் ஒளிரும் மங்கைகள்
ஓரிரவு கடந்து நூறிரவில் துயில்கிறார்கள் எண்ணெய்க்குழியில்
நெருப்பு கனல்கிறது
பாகைத்தலைகளுடன் செருமும் ஒட்டகங்களில் புனிதப்
பயணிகளின் சயனம்
ஓ, அது
ஓராயிரம் காலங்களின் பேரிச்சைப் பாதை
அங்கே மணற்புயல் மூடிய தற்காலிகக் கூடாரங்கள் தூர்ந்த
தண்ணீர்க்குழிகள்
சுரந்த கோடைகளின் பெருவழிக் கதைகள்
தன் சிறுநீரைப் பருகித் தணியும் ஓணான்களும் உறங்க
குரும்பை ஆட்டின் புலாலும்
கோதுமை ரொட்டிகளும்
மணக்கப் பரவும் இசைச்சூட்டில் சீற்றம் குறைந்த மணல்
இடம்மாறிக் குவிந்து நடனமிடுகிறது பளிங்குக் கமராக்களின்மேல்
நட்சத்திரங்கள்
தம் ஆதியின் பேரமைதியில் மேன்மையாய் நிலவுகின்றன

ஒரு நாள் வனவாசம்

நீர் சப்தங்கள் ஒலிக்க
காட்டுயிர்களின் கானகம் கடந்து புனிதப் பயணம் செல்வோர்மீது
பள்ளத்தாக்கின் சாயும்கால வெயில் பரவுகிறது என் மனமெங்கும்
மந்திகளின் பழ மரங்கள்
அவை உதிரும் மலைமுகடுகளில் பாறைகளின் முணுமுணுப்பு
வனமோகினிகளின் சாமைப்புல் குடில் எதிரொலிக்கும் குன்றுகளை
பனி நதிகள்
வளைத்து இழுத்துப்போகும் கணவாய்கள்
இந்த மழைக்காலத்தில் எந்தப் புனிதமும் அற்று
வேங்கைமரம் வழியும் பிசின் தொட்டு என் நெற்றியில்
மங்கலமிடுகிறாய்
பழங்களும் தேனும் புசித்து
ரிசிபுங்கவர் கிளிபோல இங்ஙனம் இருந்துவிடலாம் என்கிறாய்
குளம் குட்டைகளோடு தொலைவில் நமது நகரம் தொடுவானில்
எழும்புகிறது
புதர்களை மடித்து உறங்கும் அந்தியில்
நம்மை வனவிலங்குகள் உற்றுப் பார்ப்பதாய் சந்தேகிக்கிறேன்
கூந்தலின் ஒவ்வொரு இழையிலும் அவற்றை கட்டிப்
போட்டிருக்கிறேன் எனச் சிரிக்கிறாய்
உன் அடிவயிறு பசித்த ஓநாயைப்போல இன்னும் எழும்பித்
தாழ்கிறது
உரசும் இரு தண்டுகளால்
சிறு மரங்கள் தீப்பற்ற குளிர் விலகி
உள் பாதங்கள் கொதிக்கின்றன தோழி

கானகம் மீள விரும்பும் நகரம் ஒளிரத் துவங்கிவிட்டது
ஆதிக்குடிகள் நமக்கு காட்டுக் கனிகளை
பரிசளித்திருக்கிறார்கள்
மேலும் மனிதர்களாகிவிடாத மந்திகளை விட்டு
நாம் தூண்டிய நெருப்பையும் அணைத்து இங்கிருந்து போகத்தான் வேண்டும்
போதும் மாயமான்கள் ஏதும் தென்பட்டுவிடாத நமது ஒருநாள் வனவாசம்
நீ சொன்னால் இதுவே ரிஷிகேசம்

(மீராவிற்கு)

இறந்தோரின் புதைவிடங்களில்

இறந்தோரின் புதைவிடங்களில்
துர் எலும்புகளின் முறிவோசை
முள்ளெலிகள் அடிமூங்கிலில் துளையிடுகின்றன வெண்மணல்
பீங்கான்களில் கொதி சூப்புகள் நசுங்கிய முகத்துடன்
வெளியெங்கும்
உருக்குலைந்த மங்கை
குறுக்கே தொட இயலாமல் மிதந்து மறைகிறாள் மழித்த கேசக்
கற்றைகளைப்போல் நிலவை
உரசுகின்றன முகில்கள்
தவளைகளின் சதுப்பு நிலத்தில் இப்போது முணுமுணுப்பது
பையில் கிடக்கும் ஓரிரு ஷில்லிங்குகள்தான் காலத்தில்
விசிறி எறியப்பட்டிருக்கிறது எனது உடல் அதனோடு நிலவின்
சம்சயக் குறிப்புகள்
நதியில் படகுகள் ஒளிபூண்டு மினுங்குகின்றன மது அதில்
மஞ்சளாய்ச் சரிகிறது
அனைத்தும் விலங்கின் செயல்களை ஒத்ததுதான் மீதமான
ஷில்லிங்குகள் நீர்ப்பரப்பின் மீது
கிளிங் என்ற ஓசையுடன் அதை வழிமொழிந்தன

குளிர்கால உறக்கம்

மிகமெதுவாக பட்டுப்புழுவின் கூடு ஒன்றுக்கான
மேலும் நத்தையின் குளிர்கால உறக்கமாய் காலத்தைத்
தாமதப்படுத்துவது நல்லது
துரிதம் என்பதைக் கருந்துளையிலிருந்து
பல்லாயிரம் கோடி ஆண்டுகளாக எது கசியவிடுகிறது இறைவன்
மீது மக்கள் காலகாலமாக
வைத்திருக்கும் நம்பிக்கை போலல்லாது
கோடையில் பெருங்கிணற்றில் வடியும் ஒருதுளி ஊற்றாய்
ஒரு பெண் தன் குலத்தைவிட்டு வெளியேறித் திரிவதுபோல்
அனைத்தையும் தாமதப்படுத்த வேண்டும்
விலங்குகள் பசியில் இடம்பெயர்ந்து அலைகின்றன ஒரு
தொற்றுநோய் காலத்திற்கு காத்திருக்கிறது
வயது முற்றி முதிர்ந்தவன் கேட்க விரும்பும்
ஒரு கேள்வியாய் நமது வேகத்தை மட்டுப்படுத்துவது நதிகளை
அதன்போக்கில் அமைதியாய் இருக்கச்
செய்கிறது
மலைமுகடுகளில் அகாலம்
இசையைப்போல உறைந்திருப்பதை அது அத்தனை யுக
புருஷர்களையும்
சாம்ராஜ்யங்களையும் தனது தாமதத்தில் மூழ்கடிக்கிறது நாம் ஏன்
இத்தனை அவசரத்திலிருக்கிறோம்
ஞாபகமற்றுப்போவதன் காரணமாக
அனைத்தையும் தாமதப்படுத்தும் கலையை மக்கள் எளிதில்
மேற்கொள்கிறார்கள்

அலெக்ஸாண்டரின் காலனி

சீரான உணவுத் தட்டுபோல நமது கோளம் இன்னும்
முழுமையடையவில்லை
அது அத்தனை தாமதத்திலிருக்கிறது
நேரப்படி எதையும் செய்ய விரும்புபவர்கள் கால்கள் இரண்டையும்
தூக்கி பூமிக்குமேலே
குதிக்க முயற்சி செய்யலாம்
பாதங்கள் மீண்டும் மண்ணில் படக்கூடாது அப்போதேனும்
தாமதமெனில்
காலமற்றது எனத் தெரியவரலாம்

நீர்வயல் தவளைகள்

இன்னும் பேசுகிறாய் உனது குரல் பூமியை
கோளமெனப் போர்த்தியிருக்கும் வெளியில் என் காதுகளை
வயிற்றுக்குள்
தடம் மாற்றுகிறது
காம்பவுண்ட் சுவர்களெங்கும் பனிநடுக்கம்
தொட்டிக் கற்றாழைகள் மெல்ல விரல் நீட்டுகின்றன வீட்டு
மரத்தினுள் பறவைகளின் முறையாடல்
எந்தப் பூனையும் படுக்கையைவிட்டு எழப்போவதில்லை
தன்னிச்சையான உழைப்பு மிதமான உணவு
எளிய மக்களுடன் சல்லாபம் எங்கும் பிரயாணம்
இன்னும் எத்தனைக் கருக்கள் உன் ஆலிலை வயிற்றில்
தொடைகளுக்கு இடையில் உப்பைப் பரப்பும் இக்குளிர்காலம்
பின்னிரவைத் தாண்டி
அலர் பரப்பும் மொட்டுகளை நிமிண்டுகிறது நீர்வயலில் தவளைகள்
இரைச்சலிட
தண்டுவடத்தில் ஓசோன்
சட்டென கைப்பேசியில் ஒளிர்ந்த உன் உதடுகளை முத்தமிட்டேன்
எந்தச் சப்தமும் அற்று விரிந்த
தொழிற்சாலை இரும்புத் துண்டுகளை
பேரோசையுடன் கடைகிறது
வெளிக்கண்ணாடியில் உதட்டை அழுத்தி வைத்தபடி ஒரு சிறுவன்
உள்ளே உற்றுப் பார்க்கிறான்
தோல் உரியப்பட்ட ஆடுகள் தொங்குகின்றன சூழ்ந்த கானத்தின்
நடுவே
ஒன்றின் ஆடு சதையைத்தான் கவ்வினேன் இருக்கிறாயா...
இன்னும் உன் குரல்தான்
கேட்டுக்கொண்டே இருக்கிறது

(மீராவிற்கு)

□

பயணிகளின் கவனத்திற்கு கன்னியாகுமரி
நாகர்கோவில் திருநெல்வேலி மதுரை வழியாக
திண்டுக்கல் திருச்சி விழுப்புரம் சென்னை எக்மோர் வரை செல்லும்
கன்னியாகுமரி எக்ஸ்பிரஸ் இன்னும் சிறிதுநேரத்தில் மூன்றாவது
பிளாட்பாரத்திற்கு வந்து
சேரும் என்று எதிர்பார்க்கப்படுகிறது
ஆரோக்கிய வாழ்வினைக் காப்பது லைஃப்பாய்
லைப்ஃபாய் இருக்குமிடம் மனு மகனுக்கோ மண்ணில்
தலைசாய்க்கவும் இடமில்லை
நாயினும் கடையேன் உன் பாதாரவிந்தங்களில் பணிந்தேன்
அடியேனை இம்மை மறுமையற்று கடைத்தேற்றுவாய் கச்சி
ஏகம்பநாதனே
எது எடுத்தாலும் பத்து ரூபா
இளம் இன்ஜினியரிங் கனவு நனவு உணவு விடுதி உள்
திரையரங்கம் பெண்களுக்கு
தனி ஹாஸ்டல் வசதி உண்டு
சேல்ஸகேர்ல்கள் தேவை உடனடி டைவர்ஸ்க்கு அணுகவும்
9672111110 தனிக்கழிப்பிட வளாகம் சம்பளம் 2500 மீ ஷீ 3500
ஒரு ஹெக்டேருக்கு நூறு மில்லி டெமக்ரானுடன்
ஐந்து லிட்டர் தண்ணீர் கலந்து பயிர்களுக்குத் தெளிக்க தண்டு
துளைப்பான்களைக் கட்டுப்படுத்தலாம்
அன்பைச்சொல்லும் வழி தங்கம் 30க்கு 60சதுர அடியில் மனைகள்
கதவைத் திறந்தால் கடல்
சாமுத்திரிகா பட்டு அன்பு மகளின் திருமணம் மூல பௌத்திர
நோய் தீர அணுகவும் ஆப்ரேசன் இல்லை பத்தியம் கிடையாது
மேல்மருவத்தூர் திருப்பதி காளஹஸ்தி சனீஸ்வரன்
கோவில் சென்றுவர நபருக்கு ஆயிரத்து ஐநூறு உடமைகளுக்கு
நிர்வாகம் பொறுப்பல்ல

பாராளுமன்றம் குளிர்காலத்தொடர்
சிகரட் புகையிலை வரி உயர்வு ஹோலி ஹோலி
ஹோலியா கணபதி பாபா ஹோலியா இருசக்கர வாகனங்களை
ஓரமாகவிடவும்
பனியில் பத்துப்பேர்னா ராணுவம்

பணியில் பத்துப் பேர்னா காவல்துறை
அனைத்து மான்யங்களும் ரத்து ஒரு சிலிண்டரை வாபஸ்
கொடுத்து ஒரு ஏழையின் வீட்டில்
அடுப்பெரிய உதவுங்கள் அசாம் பீகாரியைக் கூப்பிடு சீஃப் லேபர்
உலகம் உள்ளங்கையில் ஸ்லீக் ஆண்டுராய்டு உங்கள் பெண்களைத்
தவறவிடாதீர்கள்
இன்குலாப் ஜிந்தாபாத்
என்னம்மா இப்படி பண்றீங்களேம்மா
அடுத்த சில மணி நேரங்களில் பலத்த இடியுடன்
கூடிய மழையோ கடலோர மாவட்டங்களில் எச்சரிக்கை

அந்தியின் திரை

உச்சிவானில் புள்ளினங்கள் சுழன்று வளையும்
அடிநிலத்தில்
மென் குளிர் வீச
முற்றிய நாணல் பூங்கில் சிறகரிசிகள் காற்றில் பரவுகின்றன
இளம் பாசிகள் அடர்ந்த வெம் பாறைகளின்
மேல் தவழ்ந்து நீர் பருகும்
தவித்த ஆதாளைக் கொடிகள்
உன் ஈர மணல் முதுகில் நண்டுகளின் வாசம்
முத்தமிட முத்தமிட புதர்களில் தவிட்டுக்குருவிகள் தத்தளிக்கின்றன
என்றோ வரும் நதியின் காலத்தில்
இப்போகம் செழித்து நீந்துகிறது அன்பே என் கைகளுக்குள்
துவளும் சோர்வற்ற விலாங்கு உன் தன்னிச்சை
சிவந்தன சிவந்தன இதழ்கள்
செவ்வரி அடர்ந்தன அடர்ந்தன கண்கள்
மருதம் ஆடிய நாடகீயத்தில் அந்தியின் திரை அவிழ தெற்கிலும்
வடக்கிலுமாய்ப் பிரிகிறது
நம் நீர்த்தடங்கள்
நாணல்கள் அடர்ந்து அசையும் நன்னிலம் என்பதுமோரூரே...

தொட்டிச்செடிகளின் சிலிர்ப்பு

யாருடைய வருகைக்காகவோ ஒரு தேசம் அனைத்தையும்
தூய்மைப்படுத்தும் பணியில் இருக்க
வனவிலங்கணைய கவிஞனின் தங்குமிடம்
அன்றாடத்தைச் சமைத்துக்கொண்டு
மழைக்காலத்தின் அமைதியில் தும்மல் போடுகிறது மூட்டமான
காலையில்
குரங்குக் குட்டிகளாய்ச் சிதறும் குழந்தைகளை மார்பில்
போர்த்திக்கொள்ள
ஈரத்தில் அவை அனைத்தையும் பற்றி இழுத்து விளையாடுகின்றன
பழ மரங்களும் நீரோடைகளும் உயிர்க்கும் காலத்தில் எங்கோ
யுத்தத்தால் வீடிழந்து
கொல்லப்படுகிற சின்னஞ்சிறு குடும்பங்கள் கூடாரங்களின்
வெளியே தகர டின்களில்
உணவைச் சமைத்து மேலும் சகதியில் உழலும்
அகதிகளின் வாழ்வினை
ஒரு வரலாற்றின் துன்பவியலாய்ச் சொல்ல இம்மழைக்காலம்
வலசைப் பறவைகளின் வழியே வந்துவிட்டது
விடுதலையாகாத ஆயுளையும் மரணத்தையும்
உலகமெங்கும் சிறைச்சாலைகள் பேணி வருகின்றன உழவர்கள்
மண்ணைப் புரட்டக்கூடும்
கார்கால கருத்தரிப்பு சோம்பலான காமம் சூரியக் குடும்பத்தில்
பூமியின் விழாக்கள்
அப்பால்வெளியில் எரிமருந்து வாணங்களை
கேளிக்கையாய் ஒளிரச் செய்கின்றன பாழும் நிலவெளிகளின்
பசுமை
பூக்கும் நீர்ப்பிடிப்பு
மீன்களின் உயிர்வளி, போலியாய்ச் சிரிக்கும் தொட்டிச் செடிகள்
பழைய மழைக்காலங்கள் பற்றி பிரலாபித்து
யாருமற்று எங்கோ தனிமை காண்கிறது கவிதை

உலரும் மொழி

இந்த இரவைச் செலவழிப்பதில்
பொருந்தாத ஒன்றைக் கொண்டு போனாய் என் கித்தான்கள்
நைந்து போகவில்லை
காத்திருக்கிறேன்
நட்சத்திரங்களின் குறுகுறுப்புடன்
மேலும் அவை இரவை எண்ணிக்கையிடுகின்றன நல்லிரவு
மேகங்கள் உன்மீது மேலாடையிடட்டும்
நீ திரும்பும் வழிநடையின் வெறுமையில் எதிர்ப்படும் என்னை
மிதக்கும் ஆவியுருவில் காண்பாய்
எத்தனைமுறை சுழன்றுவிட்டது உலகம்
எனது பேச்சு விண்மீன்களைத் தொடுகிறது நீரில் முகம் பார்த்து
மயங்கும் என்னை
உன் தீரா மந்தகாசம் முயங்குகிறது அது என் காத்திருப்பின்
அவலம் உனக்கோ வரலாற்றுக் கையிருப்பு
எனது மொழி அது உலர்ந்து தீர்ந்துபோகிறது.

நான்கு பெண்கள்

காத்தமுத்துக்கு நான்கு பெண் பிள்ளைகள் நான்குபேரும் புலரியில்
கோழிக்கொண்டைப் பூக்களைக் கொய்து கூடையில் தைப்பார்கள்
ஒருத்திக்கு தள்ளித் தள்ளிப்போகும் உதிரப்போக்கு ஒருத்திக்கு
இடது கை நகத்தில் சிக்கும் ஈரும் பேனும் ஒருத்தி வழிநடையில்
கம்மாய் தாண்டி பள்ளிக்குப்
போகிறாள்
இன்னும் ஒருத்தியை ஊரே தேடுகிறது
காத்தமுத்து ஒருகாலத்தில் எருமைச்சாணி அள்ளினார்
நொச்சிக்கூடை முடைந்து விற்றார்
மற்றும் ஒரு குவளையை எடுத்துமுன்னால் வைத்து என் கருப்பா
என்பார்
யாரோ எடுத்துக் குடித்துப்போவார்கள்
வட்டிக்கு கேட்டால் பணம் கொடுத்து பகை எதற்கு என்பார்
நான்கில் ஒரு பங்கை தர்மத்திற்கு விட வேண்டும் என்று சொல்லும்
காத்தமுத்து ஆதியில் ஒரு வெட்டியான்

நீர்மையான எருமைகள்

எல்லாம் கொஞ்சகாலம்தான் ஆகியிருந்தது அலெக்ஸாண்டரின்
காலணிகளைத் தேடி வந்திருந்தான் ஒருவன்
பழுப்புக் கண்களும் சிறகுபோன்ற தாடியும்
இரும்புக்குமிழ் பொருத்திய பிரம்பு ஒன்றையும் கையில்
வைத்திருந்தான்
அந்தக் காலணி
யாக்கர் எனும் எருமைத்தோலால் இருபத்திரண்டு லேயர்கள்
அடுக்கி
மிருக நரம்புகளால் பிணைக்கப்பட்டு குதிகாலுக்குப் பக்கவாட்டில்
ஐந்து மொகரா தங்க இலட்சினையும் பொறித்து பறவைக்
கொழுப்புகளால் மேனி துலங்க
பதப்படுத்தப்பட்டது என்றான்
ஆக, ஒரு ஜோடி
உறுதியாய் இங்கேதான் கண்டுபிடித்துக் கொண்டு
போவேன்
என்றவனிடம்
குதிரை வியாபாரிகள் தங்கள் உதட்டைப் பிதுக்கினார்கள்
நாயுடன் வேட்டையாடுபவர்கள் வேகமாய் ஓடி மறைய
கடல் அலை மோதும் பெரும் பாறைகளிடம் போய்க்
கேள் என்றான்
ஒரு அவுரி வணிகன் அலுத்துப்போனவன்
ஏறத்தாழ இரண்டாயிரம் ராத்தல் எலும்புக்கூடுகள் கொண்ட
பழம்குழி ஒன்றையும் அகழ்ந்து தேடினான் காலணித் தொழிலாளி
ஒருவன்
எங்கள் எருமைகள்
மெல்லிய சருமத்துடன் வீட்டுப் பெண்கள்
மேய்க்குமளவு
சாதுவானவை என்றான்
இரண்டு பட்டுக் கிழிகளில் பல நூறு ஓட்டைக்காசுகளும்

களிம்பேறிய செம்புச் சல்லிகளோடு
குதிரைப்பவுன் ஐந்து இருந்தும்
அக்காலணிகள் அவனுக்குக் கிடைக்கவில்லை இறுதியில் அவன் கொண்டுபோனது
ஊர் சிரிக்க கைப்பிடி அளவு வேம்புக் கொத்துகளும் ஒரு மஞ்சள் துண்டும்
ஒரு பொதி எருமைச் சாணமும்தான்

இரப்பர் பால்

உன் பெயர் ஹாங்காங்
உன் தாயின் ரத்தநிறப் பீட்ரூட்டுகள் விளையும் நிலத்திலிருந்து
காலணித் தரகனோடு
நியான் ஒளிரும் தீவிற்கு ஒரு காலத்தில் ஓடிப்போனாய்
வாத்துகளின் முட்டைகளைப் போல
குழந்தைகளை பெற்றுத்தள்ளும் உன் தாயோ பன்றியின்
குடல்களை வழித்தெறிவதாய்
உன்னை தன் கர்ப்பத்தினுள் புறமொதுக்கி
கடுகுப்பாத்திகளை பற்றற்று செப்பனிடுகிறாள்
பளிங்கு முலைகளோடு எலுமிச்சைப் புற்கள் மணக்கும் உன் சிறிய
யோனியை அல்லது
பால்யத்தில் இறுகக் கட்டிய கால் பாதங்களை பிரபுக்களுக்காக
சிதைத்ததன் பொருட்டு அவள் மண்டியிட்டு
புத்தனின் காண்டாமணியை ஒலித்துக்கொண்டிருப்பாள் உன் பெயர்
ஹாங்காங்
கிழக்கு ஆசியாவின் சந்தைவேசியே
வெல்லமிட்ட உன் இனிப்பரிசி சோறு விக்டோரியாவின்
சமயலறையில்
காலனியக் கனவான்களின் கீழைப் புணர்ச்சிக்கென விருந்து
மேசையில் வெல்லப்பட்டிருந்தது
அவர்கள் இறுதியில் உனக்கு
உன் தோட்டத்து இரப்பர் பாலில் விளைந்த ஆணுறையைப்
பரிசளித்தார்கள்
கருணையுள்ள தேவனே உனக்கு தோத்திரம்

விலைமதிப்பற்ற ஹாங்காங் தேவதையே
நீயொரு பர்க்கரின் இடையில் வைக்கப்பட்ட மாமிசத்துண்டு
உண்ணத்தகுந்த கொழுத்த சீனப் புழு இப்பொழுது உன் தந்தை
நாட்டிற்கு
தொண்ணூற்று ஒன்பது வருடங்கள் கழித்து திரும்பக்
கையளிக்கப்பட்டிருக்கிறாய்
வெள்ளை இனங்களின் கப்பல் வரும் திசையில் இன்னும்

உன் தலை திரும்பியிருக்கிறது
புத்தனை மூர்க்கமாய்த் தழுவுகிறது உன் புராதனக் கண்ணீர்
மேலும் சரக்குகள் பலவாறாக பயணிக்கின்றன ஸ்டெப்பி
புல்வெளியின் முதல் பெண்
கீழைத்தேய சந்தையினுள் ரொட்டியின்றி
உலர்ந்த யோனியோடு நுழைந்த அன்றுதான் நீ உன் தந்தை
நாட்டிற்குத் திருப்பப்பட்டாய் ஒரு அவமானம் மீட்கப்பட்டிருக்கிறது
உனது தந்தை கானகப் பறவைகளுக்கு அழகிய கூண்டுகள்
செய்பவர்
அவரது தலைமாட்டில் எப்போதும் கொதிக்கும் தேநீர் உலக
விபச்சாரத்தை விட தாய்நாட்டு விபச்சாரம்
புனிதமென்கிறது ஒரு பழைய இனக்குழு சூட்சுமம் எனவே உன்
பெயர் ஹாங்காங்

குடும்பத்தில் அவர்களின் பெண்களை விசுவாசமாக
இணங்கியிருக்கும்படியும்
கைவிடாதிருக்கும்படியும்
தத்துவவாதிகள் மன்றாடினார்கள்
வல்லரசுகளோ தங்கள் விபச்சார விடுதிகளை அதனதன்
தேசியத்திற்கு பெருந்தன்மையுடன்
விடுவித்திருக்கிறது
ஹாங்காங் நீ உனது டிராகனுடன் திரும்பிவிட்டாய் ஸ்டெப்பியின்
மேய்ச்சல் இனங்கள்
தங்கள் ரொட்டித் துண்டுகளுக்காக
புவிக்கோளமெங்கும் புலம்பெயர்ந்து அலைகின்றன

□

மருதத்தில் எருமைகளையும் குறிஞ்சியில் குதிரைகளையும் கழுதைகளையும் முல்லையில் ஆடுகளையும் காது சிலிர்க்கும் ஆவினத்தையும் நெய்தலில் ஆமைகளையும் பால் சுறாக்களையும் பாலையில் வறண்ட ஓணான் களையும் பிறகு இடைச்சி பரதவிச்சி குறத்தி துர்க்க்ச்சி மருதத்தில்

குலமகள் நிலவுடமைத்தகப்பனின் மகளான தெய்வ யானையையும் காதலித்து தற்குறியானேன் அந்த நிலம் அந்த தட்டை மற்றும் உளுந்துப்பயிர் துவரை கொஞ்சம்

கோழி முட்டைகள் எலிப்பொறிகள் பருத்தி நூல் ராட்டை நீர் இறைக்கும் ஏற்றம் முட்டாள் முரட்டு காங்கிரஸின் ஃப்யூடல் ஆண்கள் வரப்பு நிலம் ஏரிப்பாசனம் முதன்முதலாக் ஜம்பர் ஜாக்கட் போட்ட சினிமாப் பொண்ணு தவமணிதேவி ஜமீன்கள் ஜம்பலிபுத்தூர் வேசிகள் திருமலை மன்னன் தாசிகளை வீழ்த்திய சோழ பரத அரச நாட்டியம் சமஸ்கிருத உடற்பயிற்சி நடனம் தொண்டை கிழியும் வாய்ப்பாட்டு பாய்ஸ் கம்பெனி நாடகங்கள் அரசு சம்பளம் வாங்கிக் கொண்டு கலைக்கு வந்த அமெச்சூர் கலைஞர்கள் பிறகு சினிமா எனும் தமிழ் கலை வரலாறும் அரசியல் இடப்பெயர்வும் அண்ணாவில் கிரேக்க அரசியலும் ஜனநாயகமும் இங்கர்சால் மற்றும் தீவிர இலக்கியவாதி களின் 1924 ஃபிராய்டிசமும் கம்யூனிசமும் அந்நியமாதலும் காதலும் சாதிய பீடிப்புகளும் வர்ண தகவமைப்பும் நாய் வளர்ப்பும் வாரிசு அன்பும் குழந்தைகளும் விளிம்பு நிலை திருநங்கைகள் பிச்சைக்காரர்கள் மீதான மத்தியதர அச்சச்சோவும் அர்பன் பெண் சைல்டுகளின்மீதான கருணைக் காமமும் இன்னபிற எதிர்காலமும் ரேஷன் கார்டும் ஆதாரும் வங்கிக் கணக்கும் நாற்கரச் சாலையும் பெற்றோர் கொலையும் பிள்ளைகள் வன்முறையும் விளம்பர

யுகமும் எம்ஜிஆரும் ரஜினியும் நீயும் நானும் இருசக்கர வாகனமும் தமிழீழமும் தனித் தமிழ்நாடும் பெட்ரோல் பங்குகளும் தேசிய வங்கியும் சுய முகவரியும் மனிதன் எனும் புனைவும் கற்றாழையும் கனிமங்களும் பைத்தியமும் பண மதிப்பும் பிரதமர்களும் பஞ்சாயத்தும் மண்வெட்டியும் டாங்குகளும் ஏவுகணை களும் புல்டோசரும் செயற்கைக்கோள்களும்

ஏலியன்களும் நீலிகளும் பால்காரர்களும் மிட்டாய்க்காரனும் சைக்கிள் மோட்டார் உந்து வாகனங்களும் கண்டெய்னர்களும் மாமாக்களும் சுயமைதுனக்காரர்களும்

எச்சில் உமிழும் பாலைவனப் பாம்புகளும் தவளைகளும் பாக்டீரியாக்களும் மோடி மஸ்தான்களும் கடற்கன்னிகளும் டைனோசர்களும் ஹோமோ செஸ்பியன்களும் லெஸ்பியன்களும் தங்கம் வைரம் மாங்கனீசு இரும்பு செம்பு பாக்ஸைட் தாதுக்களும் மா பலா வாழை நெல் கரும்பு கமுகு ஜீவநதி ஆன்மீகம் ஆன்மா ஜீவன் முக்தி கீழைத்தேயம் மேலைப் பீடிப்பு கவிதை மொழி அரசாணை கருவூலம் அத்தி அரசு ஆல் கொன்றை மான் மயில் புலி சிங்கம் காண்டாமிருகம் விதூஷகம் கோமாளி பைத்தியம் மாண்புமிகு முதல்வர் நவரத்தினம் டயானா கிளியோபாத்ரா வங்க சங்க முற்போக்கு நற்போக்கு கவிதை கதை கட்டுரை அம்மா அப்பா மகன் மகள் காமம் நாடு வரைபடம் எல்லை கொல்லை யுத்தம் மரணம் புலம்பெயர்ந்தோர் முள்வேலி பார்சியாலிட்டி குண்டனோமா சிறைச்சாலை சிறுநீர் பாலுறவுக் காட்சிகள் சிறந்த கலை மலம் வீடு குசு அழகன் அழகி பண்பாடு சிவப்பன் கறுப்பன் ரௌடி திருடன் பழங்குடி மாஃபியா காவல்துறை ராணுவம் செல்லாத நோட்டு நதிமூலம் ரிஷிமூலம் அதிகாரக் காய்ச்சல் பொருள் இலார்க்கு இவ்வுலகம் பன்றிக் காய்ச்சல் டெங்கு அமெரிக்கா யாராவது வரமாட்டீங்களா சாக்கடை வடிகால்கள் நாகரீகம் தொல்பழங்காலம் கற்காலம் உலோக காலம் ஆலயம் நாணயம் காகிதம் இயந்திரம் பருவம் குளிர்காலம் இப்படி ஊறிய மதுவின் முதுகில் முட்டை பால்க்காம்பு ஆண் பெண் பாலுறுப்பு கருத்தரிப்பு விஷம் அண்டாகாகசம் அபுக்காகிஷம் திறந்திடு சிசே கதவைத் திற காற்று வரட்டும் அப்புறம் எல்லாம் வரட்டும் என் கருவூலத்தை நிரப்பு நானே கடவுள் நானே உன் பொக்கிஷம் நானே உன் ஆத்துமா நானே உன் கழிவறை செல்லம் ஆத்து மணல்ல சரக்கடிச்சுட்டு ஊத்துத் தண்ணில ஊர்க்கதை பேசிட்டு அவள் அவன் இம்மாரிட்டல் செக்ஸ் அது இராத்திரி இராத்திரி அன்பு துரோகத்தின் குறியீடு என்றாயே பூமியின் கனவில் கழுதையின் திணையே ஏ ஏ ஏ

கடந்த ஆறு வருடங்கள்

எத்தனை மழை மற்றும் கோடைக்காலங்கள்
மிக உண்மையாக நீண்ட பருவத்தின் இளம் பயணங்கள்
முதுமையில் அசைபோடத் தோதுவாக
நாங்கள் மிகச்சிறந்த மாமிசங்களை
பேபிக்கார்ன்களோடு
ஒரு நெடுஞ்சாலையோர குறு வனங்களை கடக்கும்போது
ஒரு லாயக்கற்ற இலக்கியக் கலைக்கூட்டத்தின் சம்பிரதாய
அனுசரிப்புக்களுக்குப்பின்னும்
மேலும் தேச ஒருமைப்பாடு பற்றிய சொற்பொழிவுகள் அவை
வெற்றுச்சடங்குகள் என அறிந்தபின்னும்
மாலைநேரத்திற்கும் மற்றுமான சந்தைகளின் பேரங்கள் தாண்டி
புறவழிச்சாலையின் நடமாட்டமற்ற குறும்புதர் அடியில்
உடலுறவிற்கென வாகனத்தை ஓரம் கட்டுவதுதான்
எவ்வளவு தகிப்பானது
அப்போது காதல் மற்றும் மண அடையாளங்கள் குறித்து
கேலி செய்தது குறுகுறுக்கும் காட்டுப்புறாக்கள்தான்
இன்னும் எங்களை ஆசிர்வதிக்க
யாரோ காத்திருப்பது எரிச்சலூட்டுகிறது
நாங்கள் அப்போது ஒரு தேனீரைச் சுவைப்பது பற்றியும் கடல்
நண்டுகள்
துளைகளுக்குள் வாழ்வதுபற்றிய செயல்பாட்டில் இருந்தோம்
ஆயிரமாயிரம் வாகனங்கள் சாலையில்
நெடுந்தூரத்தைக் கடக்க வேகம் கொள்ளும்போது நாங்கள்
அவசரமின்றி இயங்கினோம்

அது தீராத அந்தியில் நிறைவு கண்டிருக்கலாம் நாங்கள் வீடு திரும்புவோம்
நீங்கள் கடிகாரத்தில் உறையாதீர்கள் இன்னும் தூரம் இருக்கிறது
இந்தப் பயணிகளின் அடுத்த அடுத்த முத்தத்திற்கு

இதுமாதிரியான ரோடு ரன்னர்களைக் கண்டால் அவர்களின்
விசித்திரக்கூச்சலுக்கு
உங்கள் கை தன்னிச்சையாக அசைவதற்கு அப்பால்
எப்போதும்போல் தேவாலயத்திற்குத் திரும்புங்கள்

கல்லறை பூமி

இந்த நன்னீர்நிலைகள் மேலும் பொங்கிப் பிரவாகமாகும் மழை
அதிகாலை எத்தனை வெந்நிறக் காளான்கள் பகல் ஒரு நீண்ட முத்தத்திற்கான
வேட்கையைக் கொண்டுள்ளது
அது பலமடங்கு உடல் உழைப்பையும்
ஒரு வீட்டை நவீனமாக்கும் நுட்பங்களையும் ஒரு சமயவாதியின் முழுப் பேச்சையும்
கவனிக்கச் செய்கிறது
காலத்தைப் பல்லாயிரம் துணுக்குகளாய்ப் பகுக்கிறேன்
எதன்பொருட்டோ மாலையின் ஆலயங்களில்
விரகதாபமாக சிற்றின்ப ஒலி
மூன்றுபக்கக் கடலும் ஒருபக்க நிலமும் இருந்தால் தீபகற்பம் என அழைக்கிறார்கள்
தேர்ந்தெடுக்கப்படும் இல்லங்களுக்கு
பரிந்துரைக்க இயலாத ஒரு பழங்காலத்தினை தொலைத்துவிடுவது
அல்லது காத்திருப்பது ஒருபோதும் சமகாலமாய் இருக்காது
காதலிப்பேன்
நகரங்களை மடித்துறங்கும் இதயங்களின் அமைதியை இரவின் நீண்ட அவஸ்தையை
ஆகச் சிறந்த கடமையின் உயர்வெழுச்சியான தூய்மை இழந்த தாதிபோன்ற
அல்லது
அன்றாடப் பணிக்கு முன்பான இரகசியத்தை
மேலும் அலைந்து திரிவதன் விடுதலைக்கு அருகே மறைந்துபோகிறவனாக
அப்படியும் கல்லறையைப் போல அமைதியாகிவிட்ட பூமி ஏன்
எந்நேரமும் மிகச் சிறந்த வாக்கியங்களை முணுமுணுக்கிறது

மார்ஃபைன் நிரப்பிய பலாச்சுளை

நகை செய்யும் தட்டானும் ஒரு பருத்தி விவசாயியும்
மதுக்கடையில் சந்திக்க
முதலாமவன் தன்னிடமிருந்த நைட்ரிக் ஆசிட்டைக் காட்டினான்
இரண்டாமவன் ரோகர் குப்பியை மதுவில் கலக்க தெருவே
அதிரும்படிச் சிரித்து தோளில் கை
போட்டுச்செல்லும்
அவர்களின் உருவம்தான் புலப்படவில்லை

நான் காதலுக்காக கால் நக்கிப் பிழைப்பவன்
உழைப்பிற்காக் பெற்ற ஒவ்வொரு நாணயத்திற்கும்
வெட்கப்படுகிறேன்
காதலின்றி உழைப்பை தியாகம் செய்ய என்னால் இயலாது

யாரோ எழுதிவைத்ததன் பெயரில் நடத்தைகொள்ளும் உலகின்
முன்பு பெயரற்ற காதலை பரிந்துரைக்க
நாகரீகம் குறைந்தவனாகிறேன்
மக்கள் பிரதிநிதிகள் சமவெளிகளை துரிதமாகக் கடக்கிறார்கள்
நான் கூலிக்கு தேநீர் கலந்துதரும் வேலையாள் ஒரு பந்தயத்தில்
இன்று ஒரு பக்க மீசையை வழித்துக்கொண்டேன்

எனது மூளையில் ஒரு நீர் இறைக்கும் இயந்திரம்
அல்லது களைக்கொல்லிகளுக்கான இராசயனக் கூட்டு அல்லது
ஒரு பளுத்தூக்கியின் நெம்புகோல்திறன்
கொழுப்புச்சத்துடன் ஒரு தின்பண்டம் மார்ஃபைன் நிரப்பிய
பலாச்சுளை
அரை கிராம் பிளாட்டினம்

பழுக்கும் சூரியன்

உலகம் தன் அதிசயங்களிலிருந்து விடுபட்டுவிட்டது
அவர்களால் ஆட்டு மந்தைகளை ஒழுங்குபடுத்த முடியவில்லை
ஒரு வளைவிலிருந்து மறுவிளிம்பின்மேல்
தோன்றுகிறது ஆர்க்கிமிடீஸின் கப்பல்
நாங்கள் சதுப்பு நிலங்களில் புறப்பட்டோம்
போதிய ஆடைகளை உதிர்த்துவிட்டன மரங்கள் இப்போது
கீழ்த்திசையில்
யாரும் மௌனமாய் தவத்தில் அமருவதில்லை அதிகம் காட்சிகள்
கோள்கள்
மற்றும் பேரழிவுப் புயல்கள் உணவு மேஜைகள் ஒன்றின்மேல்
ஒன்று மேலும் ஒன்றாய்
இருந்தவிடத்திலேயே நம்பும்படிக்கு
ஒரு பெரும் துளையின்வழியே வாழ்வு அசுர வேகத்தில்
உள்ளிழுக்கப்படுகிறது
போர் விமானங்கள் கனிமத் தாது கையிருப்பில் ஒரு தீ உமிழும்
கடல் நாகத்தைக் கொல்ல முயல்கிறோம்
அப்படியாக பெண்கள் பாடிக்கொண்டிருக்கும் பழைய நகரத்திற்கு
வந்துவிட்டோமா
அந்தக் கடவுள்கள் நம்மை வரவேற்கிறார்களா தீ மூட்டும்
கருவிகளோடு
ஒரு கூடாரத்தை ஏவுகணைகளின்
கண்களுக்கு அப்பால் இங்கு பரத்தலாம்
மணற்புயல் வீசும்போது சூரியன் பழுக்கும் வரை
துயரக் காட்சிகளற்று எல்லாம் வல்ல இரவு
குழந்தையாய் துயிலட்டும்

கிழிந்த சோபாக்களின் பாடல்

நான் ஏன் அவளைப் பற்றி சொல்லிக் கொண்டிருக்கிறேன்
பிரியங்கா பழைய பிய்ந்துபோன டொயோட்டா இருக்கையின்மீது
பாடிக் கொண்டிருக்கிறாள்
குடியிருப்புகள் நியூட்டன் விதிகளை
குப்பையில் விழச் செய்கின்றன
ஆம் பிரியங்கா பிச்சையெடுக்கிறாள்
தன் வாய்க்கு தப்பும் உப்புநீர் கடலைகளுடன் நெடும் உயர
வங்கிகளின் பால்கனியிலிருந்து பணக்கற்றைகள்
புறாக்களைப் போல திசையெங்கும் பறப்பதைக் காண்கிறாள்
தன் முனைவர் பட்டங்களை
கல்லூரி நாட்களை பருவக் காதலை கால்வாயில் ஓடும் படகில்
புணர்ச்சிக்காக நாடோடி ஒருவனிடம் ஒப்படைத்தாள் நான் எதற்கு
அவளைப் பற்றி சொல்லிக் கொண்டிருக்க
வேண்டும்
அவளுக்கு மிச்சத்தில் கவிதை எழுதவும்
உடைந்த மவுத்தார்கனில் தத்துவங்களை எழுப்பவும் தெரியும்
நகரச்சந்திகளில் பேரம் பேசுபவரிடையே
கேலிச்சிரிப்புடன் நிற்கும் அவள்
தன் கூந்தலைக் கழுவ கடலையே தேர்ந்தெடுக்கிறாள் அவளது
சினைப்பைகள் மறுமைக்கு தப்பிவிட்டன அவள் பூமியின்மீதான
கொள்முதலிலிருந்து
வெளியேறிவிட்டாள் என்றுதான் சொல்ல வந்தேன் பிரியங்கா தன்
கடமைகளை மறுத்து
பிச்சையெடுக்கிறாள் மிகத்திருப்தியாய்
தனது இருக்கையில் சிபாரிசுகள் ஏதுமற்று

☐

மலைகள் உயரமாய்க் குவிந்திருப்பதால் கடல்கள் விரிந்து கிடப்பதால்
அமர்ந்த இடம் செயலற்றுக் கிடக்கிறது வரும் பாதையில்
வழிகள் பலவாய் நிலவுகின்றன
கோடையின் பரந்த சமவெளியை
மழைக்காலப் புற்கள் நிறைத்து மூடுகிறது

கற்சிற்பம்

உன் பால்பற்கள் ஒளிவீசும் இம் முன்னிரவில் என் தாபத்தின்
நிழற்படர்த்தி
உன் பின்னிரவில் மறைந்திருக்கிறேன் ததும்பும் செம்பின்
குழம்பாய்
உன் அடிவயிறு அலையாட
அதில் எத்தனை மென்ரோமங்கள்
உன்னை விலங்கின் யுகாந்திரத் தடங்களில் ஏந்தி வந்திருக்கும்
பருவ காலங்களுக்கு
நன்றி சொல்வேன் சாரா
உன் அத்தனை மொட்டுகளும்
கருக்கலில் மலர்ந்துவிடுவதாய் முணுமுணுக்கின்றன சிற்றுயிர்கள்
தாவித் தின்ன
புல் விதைகள் வெடித்துச் சிதறும் இவ்விளவேனிலில் ஒற்றை
பனைக்கூகை அலறுகிறது
என் கண்களுக்குள் உன் பைத்தியத்தின் முழுப்பரிவும் பாலற்ற
இசையும் நிரம்புகிறது
அங்கே ததும்பி மோதும் உன் மார்பகங்களுக்கிடையே என் முகம்
கற்சிற்பம்

உண்ண நாழி உடுக்க இரண்டு

இடைபெருத்த வெள்ளிவீதி
தண்டைகள் அதிர ஒற்றையடிப்பாதையில் கடுகி வந்திருக்கிறாள்
காதலன்
கூடைமுனையும் பிரம்புக்காரன் முன்வீட்டில் பனங்கருக்குகளை
பிளந்து கொண்டிருக்கிறான்
அவனெதிரே வந்தவள் கேலியுடன் என்ன வடக்கிருக்கப்
போகிறாயா என்றவாறே குத்திட்டு அமர
அவள் கால்மூட்டில் அந்திசாய்ந்து ஆம்பல் மலர்ந்தன எனச்
சொல்லி ததும்பின மார்பகங்கள்
எங்கிருந்தாலும் கண்டுபிடித்துவிடுகிறாய் என்றவனிடம்
போக்கற்றவன் புறாக்கூண்டிலும் உறங்குவான் எழுந்து வா என
இருகரம் பற்றி இழுத்துப் போகிறாள் நெல்லறுத்துக் காய்ந்த நிலம்
நெடுநல்வாடை
கருக்குகள் அறுத்த அவன் விரல் காயத்தை வாயிலிட்டுச்
சவைத்தாள்
சாரைகள் பின்னி நெளியும் குன்றின்மேல் மின்னல் தடிக்கிறது.
குயவர் சூளையில் கூளம் புகைபரப்ப இளம் மஞ்சளில் மருதத்தின்
சாமங்கள் தங்கள் பருவங்களில் மகிழ்ந்திருந்தன வரும் கார்காலம்
இச் செம்மண் வீட்டின் அடுக்குப் பானைகளில்
கோடையின் சிறு தானியங்களைப் பொலியச் செய்யும் மருகா
கிழமைக்காமி இந்த வெள்ளிவீதியின் வயலில் மறைந்துவாழும்
எலிகளுக்குத்தான் எத்தனைப் பொறிகள்
ஏந்திழை நல்லாள்
அவள் இருமுலை பொருத்துகளில் எம்மன்றின் எழுகதிர் சுடர்கிறது

இளம்கன்றின் மாமிசம்

கங்கையில் இருந்து கால்நடைகளை ஓட்டிவந்தவன் கன்னியாகுமரி
வளைவில் திரும்பி
தண்டகாரண்ய மேட்டுநிலங்கள் கடந்து
மேற்கு மலைக்குமேல் மந்தையை எக்கிப் பரத்தினான்
அலெப்பி வழியாக தடதடத்து ஓடியவை
காரகோரம் கடந்து காஷ்மீருக்குள் புகுந்தன ஓட்டி வந்தது
ஒன்பதனாயிரமெனில்
ஊர்க்காட்டில் உடன்வந்தது ஒன்பது லட்சம் பனிக்குச் சமைக்க
பத்தாயிரம் விற்றுப்போக
ஆல்ப்ஸ் மலைக்கு அந்தப்பக்கம் இருந்து வந்த ஒருவன்
ஐம்பதாயிரம் கொண்டு போனான்
வழியெல்லாம் ஒன்னு இரண்டு திருடுபோக
உரோமுக்கு கால்செருப்புத் தைக்க ஒருகோடித்
தோலும் போயிற்று
மீந்த எலும்பெல்லாம் மீனுக்கு உரமாக
வெள்ளைச் சக்கரைக்கும் கொஞ்சம் வேன் ஏறிப்போனது
உழுத காடெல்லாம் உரமிட்டுப்போனவற்றில்
உச்சிக்குடுமி இரண்டை உருக்கு நெய்க்குப் பிடித்தான் பாதம்
ஓடிந்தவையும்
படு கழிச்சல் கண்டவற்றையும்தான் படுகாலிப்பயல்கள் தின்னார்கள்
காலும் நொந்து களைத்துப்போய் கங்கை வந்து
சேர்ந்தவன் பின்னால்
வெறும் கன்றுக்குட்டிகள் ஒரு கால்நூறு மிஞ்சியது
குதிரை மாமிசம் தின்னவரெல்லாம் அதைப் பார்த்து
கும்பிடுபோட்டார்கள் இளங்கன்றின் மாமிசம் என்றால் சும்மாவா

உலகச் சாலை

நாடு கடல் காடு மலை எரிவாய்க்குன்று வரை எங்கும் கான்கிரீட்
தார்ச்சாலைகள் ஊர்ந்து படுத்திருக்கின்றன எளிதில் வளையாத
கடப்பாறை ஒன்றினால்
எத்தியோப்பிய சாலைமுனையில் ஒருவர் ஆழக் குத்தி
நெம்பினால்
வாஷிங்டனின் பிரதான சாலை ஒன்று மேலெழும்பி நடுவில்
உடையவும் நேரலாம்
பிறகும் அதிக மின் சாதனங்கள் நிறைந்த ஒரு கண்டெய்னர்
பசிபிக் பள்ளத்தாக்கில் கவிழ்ந்தும் கிடக்கலாம் உண்மையில்
இச்சாலைகள்தான்
கண்டத்திட்டுகளை நகரவிடாமல் பிணைத்திருக்கின்றன
என்கிறார்கள்
காலங்களில் சுமைக் கழுதைகளின் புதர்ப்பாதைகளை
யுத்தம்கடத்திய குதிரைக் குளம்புகளை வணிகர்களின்
குறுக்குவழிகளை
தானிய வயல்களை சகட மண்வண்டித்தடங்களை கறுத்த
தன் ஜல்லிநாக்கால் இவை நக்கிவிட்டன பக்கவாட்டில்
இருப்புப்பாதையுடன் விமான
முனையங்களையும் கொண்ட இவ்வுலகச்சாலையில்தான்
பலரும் இன்றைய நடைவழி உணவை உண்கிறார்கள்
காதலிக்கிறார்கள் அச்சாலையிலேயே உறங்குகிறார்கள்
நடனமாடுகிறார்கள் அங்கேயே
காத்திருக்கிறார்கள்
இரந்தும் இறந்தும் வருகிறார்கள்.

☐

என் காதலி
பழ வகைகளை ஈரம் போக உலர்த்தும் தொழிற்சாலையிலும்
ஓய்வு நேரங்களில்
முரட்டு கால்சராய்கள் விற்கும் இடத்திலும் பணிபுரிகிறாள்
பயணத்தில் சின்னஞ்சிறு இனிப்புக் கேக்குகளை
வைத்துக்கொண்டு
மின் ரயிலின் தானியங்கிக் கதவுகளுக்குள் ஆபத்தாய்க் குதிப்பவள்
காலம் விட்டுப்போன டச்சுக் கோட்டையின் முகத்துவாரத்தில்
கிடார் வாசிப்பவன்
எங்களுக்கு எப்போதும் டைட்டானிக் பாடலையே இசைக்கிறான்
நான் அதிக விலையுயர்ந்த
ஆனால் காலியான மதுப்போத்தலைப்போல இருக்கிறேன்
அவள்தான் மலர்களைச் செருகி பக்கத்தில்
வைத்துக்கொள்கிறாள்
அவளின் சிவந்த வாய் ஒரு ஞாயிற்றுக்கிழமை அவள்தான்
சொன்னாள்
ஒரு நாளுக்குள் நீ என்னை அழைக்காவிடில்
நீ வேறு காதலில் வீழ்ந்துவிட்டாய் என்று அர்த்தம் அல்லது
இறந்துவிட்டாய் என முடிப்பேன் .

□

இரவு நேரம் ஒன்று இருபத்தி மூன்று ஆஅ இருபத்தி நான்கு
ஆஆஅ உ யதார்த்தம் உறங்குமா உறங்கட்டும்! ஊர் உறங்குது
உறவும் உறங்குது நான் உறங்கவில்லை நிலவே கான் உறங்குது
காற்றும் உறங்குது ஞான்
உறங்கவில்லை............ ஞான்....... உறங்கவில்லை இருபத்து ஒன்பதா
அய்யோ அந்தத் தோழி போய்ப் படுறா
என்று வந்து விடுவார் நன்றி நன்றி றன்றி வணக்கம் வாணக்காம்
வணக்கும் வாணக்கம் தர்வாஜா கோல்
கோல் போடப் போறியா அமாரா தஸ் ஆத்மே இதர் ஆகியா
காணாகே பாணிகே பைசாநகி ஓ தும்
மதராஸி குத்தா குத்தா ஜாக்கிரதா சலோ மாதர் சூத்
மேராக்கா கஸ்தாயே மன்னு மேரா..... இப்பிக்கே கா
கஸ்தே தேரா ....விசு தூங்கிட்டியா கஃஃபி கஃஃபி......
ஹோத்தா கொசு கடிக்குதுறா .....ஆ பரி பரி அஸ்தா சாடி...... கேஜ்மா
சாடி சாடி ரேஷ்மி சாடி...... ஏக் ஷோ பச்சாஸ் பன்ஞ்பீஸ் தக்குவா....
இதர் ரஸ்தாமே கிதர்
ஜாயேங்கே? சீத்தா ஜாவ் ....இன்னாடா பேஜாராக்கீது மாமே நம்ம
அண்ணாத்த கெலிப்பாரா இல்லியா
லவ்டாக்கபால் மெட்ராஸே நாறிப் பூட்சீ...

விநாசகாலப் பிள்ளை

எனது கவிதைகளின் அறுந்துபோன காதுகளை உன்
நடமாட்டத்தின் ஓசையில் பொருத்துகிறேன் இந்த விநாசகாலப்
பிள்ளைக்கு
உன் தாய்ப்பாலில் உரசிய உரையை ஊற்று

என் படுக்கை வராத மஞ்சள் பூனை
அதனிரவில் நான் உள்ளே நுழையமுடியாத பகல் நித்யமான
அழகின் சம்பவத்தில்
அதன் நதி வானத்தில் பாய்கிறது
நடுங்கும் பனிக்காலத்தில் கூழாங்கல் நிறம் அதற்கு

ஓட்டிற்குள் உறங்கும் நத்தையே ஓடு தட்டும் ஓசை
கேட்கிறதா

ஒரு பட்டுப்புழு பண்ணையைக் கடந்தேன்
தேனிரும்புத் தண்டவாளங்களை கல்லறைத்தோட்டங்களை
குளத்தோர ஆலமரங்களை
குறவர் கூட்டங்களையும் மிகப் பிரசித்தமான ஒரு நூற்றாண்டையும்
கடந்தேன்
இப்படித்தான் உலக வரைபடத்தை ஏற்றும் விலகியும்
ஒப்படைத்தேன் ஒரே ஒரு முத்தத்திற்காக

சிலிர்க்கும் உன் இரு தொடைகளின் கணவாய்வழி செல்லும் என்
பயணம்
வலைகளோடு வீடு திரும்பும் மீனவனின் அந்தி மாலையைக்
கொண்டிருக்கிறது

மூன்றரை காதல்கள்

காதலின் வாசனை
உதடுகளை மீன்வற்றலாய்க் காயப்போடுகிறது

வாசக மைதுனத்தின் தாளிடப்பட்ட கதவு

லூசிபஃருக்கு மூன்றரை காதல்கள் அவள்
தன் தெய்வத்தை தொப்பியுடன் வாசலில் நிறுத்தினாள்

நீதியாய் இருப்பதன்பொருட்டு
மூன்று தலைமுறையாய் தயங்கிவிட்டேன் அச்சம் ஒரு மழைவரும்
காலத்துத் தவளை

(பிறக்கும் பெண் குழந்தைகளுக்கு
லூசிஃபர் என்ற பெயர்வைக்க தடைவிதிக்கப்பட்டிருக்கிறது)

நடைவெளி

இன்னொரு வாய்ப்பிற்காக ஏங்கும் உலகத்தில் இசைக்கருவி
இல்லாத பாடகன் நான்
ஓர் ஆதிப்பாடகியின் வழிப்போக்கன்
விலைமதிப்பில்லாத பழம் உலகத்தின் பண்டமாற்று கார்காலத்தின்
நடைவழி மறந்த இளம்நதி
நாற்றங்கால்களின் களை
ஒரு பழம்சுனையின் முடை நாற்றம்
மேலும் இளம் மண்யோனியின் மேல் படர்ந்த
வேனிற்கால கால்நடைகளுக்கான பூண்டு

□

லட்சியவாதிகள் அமைதியடைவது திண்ணம் அடித்துக்
கொல்லுங்கள் இயேசுவை அடித்துக் கொல்லுங்கள்
பஞ்சம்பட்டி பாஸ்கா திருவிழா திண்டுக்கல் மாவட்டம்.
முதல் ஓட்டம் தொடங்கிவிட்டது ஜெசியா வரியை எதிர்த்து
மத்திய தரைக்கடல் ஓட்டம் நல்ல பியர் ஓட்டம்
கண்டெய்னர்களில் பணம் நிரப்பு தங்க நாற்கரச்சாலை தாண்டினால்
விமான முனையம்
தம்பி வீட்டுல சொல்லிட்டு வந்தயா
ஜாக் லண்டன் நாய் பிழைப்பு ஒருவனுக்கு
ஒருத்தியென்றே வியாபாரத்தில் திருப்தியாக ஒரு வாடிக்கையாளன்
வாங்கிச்சென்றால் நீ என்ன விலைக்கு வேண்டுமானாலும்
விற்றுக்கொள்
மாம்பழத்தோட்டம் மல்லிகைக்கூட்டம் மணக்க வரும் மாலைப்
பொழுதோடு
சொல்லில் வந்ததை சொல்லாமல் விடுவதே கவிதை ஓஷோ
சர்ரியலிசம் என்ன பூண்டு ரசமா
வக்கால்லி என்றால் தொன்மம் தொல்காப்பியத்திலும்
இல்லை
நாடு கடந்தால் நாகரீகம் நாய் குலைத்தால் நள்ளிரவு
பேய்களின் வாழ்விற்கு
ஏது பொருளாதாரம் பெண் என்றால் பேயும் இரங்கும் நாயைக்
குளிப்பாட்டி நடுமனையில் வைத்தாலும்
வள்வள்
ஒன்று வினையெச்சம் எனில் பதிலெச்சம் தெரிந்தவன் புதிய
தலைவன் கருத்திற்கு ஆண்குறி யோனியென்ற பால்பேதம்
கிடையாது
மச்சான் வாயுள்ள புள்ள பொழைக்கும்னு
சொன்னியே தேவிடியாப் பயலே கிருஷ்ணபட்சத்து முத்தம்
காய் கவராதே பாலிருக்கு பழமிருக்கு பழனி மலையிலே ஏ ஏ

தமிழுக்கும் அமுதென்று பேர் இன்பத்தமிழெங்கள் மவா உவா

எழுதாதே சுரதா காங்கிரசு கான்கிரசு கதர் வெதர்
பதர் நாளை மற்றும் ஒரு நாள் அந்நியமானா கடவுள்
செத்துப்போயிட்டார்னா ஹோத்தா மிடில் கிளாஸ் இங்கிலீஸ்ல
இல்க்கியம் படிச்ச தழுவிய பிரதி காலனி நாட்டுல காசாகுதா
மாம்மே என்னையெல்லாம் விட்டுறு வேறமாதிரி
அழிச்சுறுவேன் ஹோத்தா செத்துறுவேண்டா மச்சான் கத்திரிக்கா
கால் ரூவா கார்பேஜ் எட்டணா
பத்திரிக்கை அடிச்சு நீ பாராளுமன்றம் போ
என்னாஇப்போ ம்ம்ம் கடைய மூடியாச்சா சரக்கு
கிடைக்காதா உனக்கு இன்னா கஷ்டமின்னு சொல்லு யெவன்
ஆட்சிக்குவந்தா எனக்கு இன்னாபா
கண்டநாயும் பொழைக்குது
நவ இந்தியாவில் இரண்டாயிரத்திற்குப் பிறகு பதினெட்டாயிரம்
கிலோமீட்டர்
நவீன சாலைகள்
குடிகாரன் கணக்கு
வீரிய விதைகளை நம்பாதே படிக்காத விவசாய முட்டாளே
சாகாதே உன்னை ஆர்காணிக்கிறார் கடவுள் பிரதின்னா உங்கப்பன்
பேரு மொழின்னா உபரி
இல்லாத பொதுச்சொத்து நாயை வாசல்ல நிப்பாட்னா தடுப்பூசி
போட்டுத்தான் ஆவனும்
குடும்பத்த விடு கோயில்ல படு
be indian buy Indian

அகப்படுதல்

அச்சமெனும் தெருக்காட்டில் ஒரு புகைப்படக் கருவியிடமும்
வெயிலுக்கான மரநிழலில்
அப்படித்தான் புதிய காதலிலும்
மற்றுமொரு மளிகைக் கடைக்காரனின் கடன் அட்டையிலும்
அதிகாலை எழுந்துவிடும் குழந்தைகளிடமும் நள்ளிரவு குறட்டை
ஒலிகளிடமும்
அதிபயங்கரக் கனவுகளாலும் பீடிக்கப்பட்டிருக்கிறேன் இறைச்சி
உண்டாலும் இலவச மதுவருந்தினாலும்
உச்சமாய்ப் பேசினாலும் மௌனத்திலும் கூட
தெருக்கள்தோறும் தண்டனை நிலையங்கள் வந்துவிட்டன
பாயும் வாகனங்களுக்கு பயந்து முச்சந்திகளிலும்
வாசிக்கவியலா நாவல்களினாலும் பிடிபட்டிருப்பேன் காற்று
மரங்களைப் பிடித்தாட்டுகிறது
என் பெயரில் மட்டுமன்றி அடையாள அட்டைகளிலும்
பருவ காலங்களின் பிடியிலும் சிக்கியிருக்கிறேன் வெளியிலும்
விசாரிப்போரிடமும் வழியிலும்
எங்கும் அகப்படுவேன்
இப்போது என்னை தண்டிப்பதன்றி
தப்பிப் பிழைப்பதற்கு ஆன காரணங்கள் ஏதும்
இருக்குமெனில் ஒருவர்
என் தலையை வெட்டி எடுத்துக்கொண்டு போகலாம்
அப்போது
முத்தமிடக் குவியும் உதடுகளைக் கவனியுங்கள்

வாய் முழுக்க உப்பு

கட்டை விரலை வாயிற்கு கொண்டு வந்த சிறுவனா நீ
மேலும் கால் மலத்தை தலைக்கு இழுத்தவன் உன் இரவைச்
சேகரித்த குடுவைகள்
பலமுறை வெடித்துச் சிதறுகின்றன
நீரிணைகளில் வெள்ளியாய் அலைவுறும் நிலவு உன் காமம்
ஒரு பாடலின் கடைசி வரியும்
கண் திறவா மறிநாய்க்குட்டிகளின் பாதையும் உனது மழை நிலமும்
குடைக் காதலியும் மதுவும்
சூதாட்டமும்
பாதரஸ நிலத்தில் உன் காலதாமதமும் கருந்துளையின்
வெற்றிடத்தில்
ஐம்புலன்களின் ஆற்றலாய்ச் சுழல்கிறது ஆயினும் உனக்கான
இறைநீதி
எதிர் மனிதனுக்கு எதிர் மனிதன் எனப்
பயிற்றுவிக்கப்பட்டிருக்கிறது கண்களில் தலைகீழ் மரம்
கால்களில் பால்வீதியின் தானியங்கி
இரைப்பையில் உருள்கிறது பூமி மூட்டை
குதம் இறங்கி வற்றுகிறது பிறவிக் கடல் வாய் முழுக்க அதன் உப்பு
அதோ உன்னைவிட்டுத் தொலைவில் மறைகிறது நோவாவின்
கப்பல்

காதற் சரக்குகள்

காமம் கருதிய என் சிறுபொழுதுகளை கடத்திப்போகிறது நகரம்
அதன் வாடிவாசலில் காத்திருக்கிறது அந்தியின் குற்றமென இரவு
மூர்க்கமாய் துவங்கும் இளவேனிலில் ஆலமரங்கள்
சுய சலிப்புகளைச் சிந்துகின்றன
கருக்கல் பனியில் நனைந்துறங்கியவர்களின்
இரவாடைகளில் ஒடுங்கிய
மொத்த இரைச்சல்களும் பதறி எழ
கார்காலங்கள் தைத்த நீராடைகள் ஆங்காங்கே கிழித்துவிட்டதைக்
கண்டேன்
தற்குறித்தனமான கோடை
அதன் செல்வாக்கான குளிர்காலத்தை
பணிமனைகளில் விட்டுச் சென்றிருக்கிறது
நீர்க்கலங்கள் எல்லைகளற்ற காதற் சரக்குகளை
துறையில் இறக்குகின்றன என் தோலாடைகளின் மீது
மனம் பிறழ்ந்த அந்தப் பேதை
உப்பளங்களுக்குத் தப்பிய இந்நகரத்தில் என்னைத்
தேடியலையக்கூடும்
உதிர்ந்த இலைச்சருகுகளை நொறுக்குகிறது புழுதியின் காலணிகள்
பறவைகள் வந்தமராத புகைவண்டியின் உலோகவலியோடு
இருள்கிறது நகரம்

களங்கத்தைச் சுமத்தல்

எங்கே ஓடக்காரன் பாடுகிறானோ
அதன் நதி வீட்டுப் பானைகளில் நடுங்குகிறது மிருகங்கள்
வாய் வைத்த ஓடைகளிலிருந்தும் வியர்த்து நடனமிடும்
விடுதிப்பாடலிலும்
ஒரு பழம் இரவு அமைதியாய்க் கசிகிறது
மேலும் மழைநாளில் பூஞ்சைகள் படரும் கட்டடங்களில் சரும வாசனையுடன்
வெப்பம் சலனிக்க
நாட்களை வாசலில் வைத்துவிட்டு
கழிவுகளை அதன் கொல்லையில் சேகரிக்கும்போது சந்தைப் பூனைகள் ஏராளம்
இனவிருத்தி காண்கின்றன
இறக்குமதியாகும் விழாக்காலப் பழங்கள்
மயானத்திற்கான மலர்களும் பூத்துக் குலுங்குகின்றன
வருங்காலமுரைக்கும் அத்தனை சகுனங்களின் மீதும் பறவைகள்
ஆரவாரத்துடன் இரையெடுக்க
சாலை மீது ஒரு நாகம் முகம் திருப்பலாம் நதியே பாடுகிறது
அதன் காலமற்ற காலத்தை அதிகம் வீணாக்கியபடி
களங்கத்தைச் சுமந்தவாறு
கரைமலர்களுக்குக் கையசைத்து உப்பின் சாரம் நோக்கி
இச்சமவெளியை எப்போதும் கடக்கிறது

யவனிகா ஸ்ரீராம் (1960)

இளங்கோ என்ற இயற்பெயர் கொண்ட யவனிகா ஸ்ரீராம், திண்டுக்கல் மாவட்டத்தில் உள்ள சின்னாளப்பட்டி என்ற ஊரைச் சேர்ந்தவர். இராமசாமி - மகமாயி தம்பதியினரின் இரண்டாவது மகனாகிய இவர், பள்ளி இறுதி வகுப்பை முடித்துள்ளார். இதுவரை ஆறு கவிதைத் தொகுப்புகளும் இரண்டு கட்டுரைத் தொகுப்புகளும் வெளியாகியுள்ளன. இவருடைய கவிதைகள் ஆங்கிலம், மலையாளம், கன்னடம் மற்றும் இத்தாலி மொழியில் மொழிபெயர்க்கப்பட்டுள்ளன. கல்லூரிகளில் தமிழ் முதுநிலை மாணவர்களுக்கிடையே நவீன கவிதைகள் குறித்தும் பின்காலனிய பிரச்சினைகள் குறித்தும் உரையாடிவருகிறார்.

விருதுகள்: ஆனந்த விகடன் விருது, விருத்தாச்சலம் களம் புதிது விருது, நெய்வேலி லிக்னைட் கார்ப்பரேஷன் விருது, பாண்டிச்சேரி மீறல் இலக்கியக் கழகத்தின் கபிலர் விருது, திண்டுக்கல் கலை இலக்கியப் பெருமன்றத்தின் பாப்லோ நெருடா விருது ஆகியவற்றைப் பெற்றுள்ளார்.

மனைவி: மல்லிகா, மகள்: ராதா, மகன்: ராகவன்

பேச: 8220449204